மதிவதனி

'ஒரு குழந்தையால் ஒரு வார்த்தை கூட பேசாமல் இதயத்தை நிரப்ப முடியும்' என்பதில் ஆழ்ந்த நம்பிக்கை உடையவர் மதிவதனி. போர்ச்சூழலால் ஈழத்திலிருந்து புலம்பெயர்ந்து சுவிட்சர்லாந்தில் வாழ்கிறார். அங்கு பல்லினக் குழந்தைகள் படிக்கும் அரசுப் பள்ளியில் உடல் உளநலப் பராமரிப்பாளராக (Swiss Royal School of Physical Mental Caregiver) பணியாற்றுகிறார். கடந்த 19 வருடங்களாக 'குழந்தைகளின் உளநலம்' பற்றி அக்கறையுடன் எழுதியும் செயல்பட்டும் வருகிறார். கூடவே, சூரிச் மாநில பல்லினக் கலாசார இணைப்பாளர், புலம்பெயர் அன்னையருக்கான சமூகநல ஆலோசகர், விளையாட்டுப் பள்ளியின் தலைமையாசிரியர் ஆகிய பொறுப்புகளிலும் செயல்பட்டு வருகிறார் இவர்.

ஒவ்வொரு குழந்தைக்கும் ஒவ்வொரு தீர்வு!

மதிவதனி

எதிர் வெளியீடு

ஒவ்வொரு குழந்தைக்கும் ஒவ்வொரு தீர்வு!
மதிவதனி

முதல் பதிப்பு: ஜூலை 2022
இரண்டாம் பதிப்பு: ஜனவரி 2023
மூன்றாம் பதிப்பு: செப்டம்பர் 2024

எதிர் வெளியீடு,
96, நியூ ஸ்கீம் ரோடு, பொள்ளாச்சி – 642 002
தொலைபேசி: 04259 – 226012, 99425 11302

விலை: ரூ. 220

Ovvoru kuLantaikkum ovvoru tirvu!
Mathivathani
Copyright © Mathivathani

First Edition: July 2022
Second Edition: January 2023
Third Edition: September 2024

Published by
Ethir Veliyeedu, 96, New Scheme Road, Pollachi – 2
email: ethirveliyedu@gmail.com
www.ethirveliyeedu.com

ISBN: 978-93-90811-10-6
Cover Design: Santhosh Narayanan
Layout: Harisankar
Printed at Jothy Enterprises, Chennai.

All rights reserved. No part of this book may be reprinted or reproduced or utilised in any form or by any electronic, mechanical or other means, now known or hereafter invented, including Photocopying and recording, or in any information storage or retrieval system, without permission in writing from the Publisher.

உள்ளே

வாழ்த்துரை - சூர்யா 07

வாழ்த்துரை - ச. மாடசாமி 10

என்னுரை 12

திருட்டுப் பட்டம் சூட்டலாமா? 17

முன்மாதிரிகளாக நீங்கள் இருங்கள்! 21

வார்த்தைகளின் ஆழம்! 25

குற்றம் காணாதீர்.. 29

இவர்களின் பங்கு என்ன? 33

இவர்களுக்காகவும் நேரத்தை அர்ப்பணியுங்கள்! 37

பிள்ளைகள் சண்டை பிடிக்கட்டுமே 41

இந்தக் கேள்வியைக் கேட்டால் தப்பான பிள்ளையா? 45

பிள்ளைகளுக்கு எல்லைக்கோடு அவசியமா? 49

விளையாட்டை மறுக்காதீர்கள்! 53

மொழிக்கு தண்டனை தராதீர்கள்! 57

தவறுகளை வரவேற்போம் 61

யார் பேசுவார்? 65

ஆலோசகர்கள் மட்டுமே! 69

இழிவல்ல என உணர்த்துங்கள்! 73

ஒப்பீடு செய்தல் சரியா? 77

பணத்தைக் கையாளப் பழக்குங்கள்! 81

பிள்ளைகளின் சுயமதிப்பீடு 85

தோல்விகளை ஏற்கப் பழகுங்கள்! 89

உணர்வுகளை மதிப்போம்! 93

தெளிவுபடுத்த வேண்டும்!	97
பகிர்தல் தவறா?	101
பயத்தை ஏற்படுத்துகிறோமா?	105
குறை கூறுவதால் திருந்த முடியுமா?	109
உணர்வுகளை மதியுங்கள்... முரண்பாடுகளை உணர்த்துங்கள்..!	113
அவன் போல இவனா?	117
சேர்ந்து பயணியுங்கள்!	121
மாயைக்குள் சிக்க வைக்காதீர்கள்!	127
இது பெற்றோர்களுக்கு மட்டும் உரியதா?	131
இந்த வயதில் டென்ஷனா?	137

வாழ்த்துரை

'கற்றுக்கொள்வதும், கற்றுக் கொடுப்பதும் அன்றி வேறென்ன வாழ்க்கை?' என்கிற முழக்கத்தோடு அகரம் ஃபவுண்டேஷன் ஒரு குறும்படம் தயாரித்து வெளியிட்டது. 'அரசுப் பள்ளிகளில் மாணவர்களின் இடைநிற்றல் அதிகரித்து வருகிறது. அதைத் தடுக்க வேண்டும்' என்கிற கல்வியாளர்களின் கவலையையும் அக்கறையையும் மனதில்கொண்டு தயாரிக்கப்பட்ட விழிப்புணர்வுக் குறும்படம் அது.

அன்றைய தமிழக முதல்வர் பொறுப்பில் இருந்த கலைஞர் மு.கருணாநிதி அவர்கள் தலைமையில் வெளியிடப்பட்ட அந்தக் குறும்படத்தை, பள்ளிக் கல்வித்துறை மூலம் தமிழகம் முழுக்கப் பரவலாகக் கொண்டுசேர்த்தோம்.

அந்தக் குறும்படத் தயாரிப்புப் பணியில் ஈடுபட்டபோது, 'ஏன் இடைநிற்றல் அதிகரிக்கிறது' என்கிற கேள்வியை முன்வைத்து கல்வியாளர்கள், பாதியில் கல்வியைக் கைவிட்ட மாணவர்கள், பெற்றோர்கள் என அனைத்து தரப்பினரிடமும் உரையாடினோம். குடும்ப ஏழ்மை, பெண்கல்வியில் பெற்றோர்களுக்கு ஆர்வமின்மை, உரிய நேரத்தில் பள்ளிசெல்லப் பேருந்து வசதி இல்லாமல் இருப்பது போன்ற பல காரணிகள் இருப்பதை அறிய முடிந்தது. இவை எல்லாவற்றையும் தாண்டிய ஓர் உண்மை அப்போது வெளிப்பட்டது. 'வகுப்பறைகள் மாணவர்களை ஆர்வமாகக் கல்வி கற்க உள்ளிழுப்பதற்குப் பதிலாக, வெளியேற்றும் முயற்சியே செய்கின்றன' என்பதே அது.

மாணவர்களின் கல்வி கற்கும் ஆர்வம், குடும்பச் சூழல், சமூகப் பின்னணி போன்றவற்றைப் புரிந்துகொள்ளும் தன்மை இல்லாதபோது, அவர்களுக்கும் பள்ளிகளுக்கும் இடைவெளி அதிகரிக்கிறது.

தனக்குக் கல்விச்சூழல் பொருந்தி வரவில்லை என்பதை வெளிப்படுத்தும் உரிமையற்ற நிலையில், மாணவர்கள் வகுப்பறைகளை வெறுக்கின்றனர். கல்விச்சூழல் குறித்துப் புரிதலை மேம்படுத்துவது அவசியம் என்பதை உணர்ந்தோம்.

கல்வியை முதன்மைப்படுத்தி ஒரு மாதஇதழ் தொடங்கும் எண்ணம் உருவானது. அகரம் பவுண்டேஷன் சார்பில் 'யாதும்' இதழ் தொடங்கப்பட்டது.

மாணவர்கள் மற்றும் குழந்தைகள் நலன் சார்ந்த உரையாடலை முன்னெடுத்து மாதந்தோறும் 'யாதும்' வெளிவருகிறது.

கல்விச் சூழலில் நாம் விவாதிக்க வேண்டிய கருத்துகள், கவனிக்க வேண்டிய அம்சங்கள், புரிந்துகொள்ள வேண்டிய விஷயங்கள் போன்றவற்றைக் கவனப்படுத்துகிறது.

கல்வியாளர்களின் வழிகாட்டுதல்படி அவசியமான தொடர்களையும் தொடர்ந்து வெளியிட்டு வருகிறது.

குழந்தைகளின் உலகத்தில் அவர்கள் மட்டுமே இல்லை. அவர்களைக் கண்காணிக்கிற, கண்டிக்கிற, தண்டிக்கிற அதிகாரம் பெற்றவர்களாகப் பெரியவர்கள் இருக்கிறார்கள்.

அரசு, பெற்றோர், ஆசிரியர், சமூகம் என நான்கு தரப்பினரும் மாணவர்களின் எதிர்கால நலனோடு நேரடித்தொடர்பு உள்ளவர்களாக இருந்தாலும், குழந்தைகளின் உலகத்தைப் புரிந்துகொள்ளத் தவறுகிறோம். நம் கட்டளைகளுக்குக் கீழ்ப்படிதல் மட்டுமே அவர்கள் செய்ய வேண்டிய கடமையாக வரையறுக்கிறோம்.

அது நிகழாதபோது அவர்களைப் பொறுப்பற்றவர்களாக, அடங்க மறுப்பவர்களாக வரையறுக்கிறோம். தங்கள் விருப்பமின்மையைத் தெரிவிக்கும் மனஉறுதி இல்லாத குழந்தைகள், பெரியவர்களின் கட்டளைக்குக் கீழ்படிந்து நடந்துகொண்டாலும், மனதளவில் பெரிய பாதிப்பை அடைகின்றனர்.

பெரியவர்களுக்குக் குழந்தைகளின் உலகத்தைப் புரிந்துகொள்ளத் துணை தேவைப்படுகிறது. அவர்களைக் குறைசொல்லி விலக்கி வைப்பது ஒருபோதும் தீர்வு ஆகாது. மாற்றத்தை அங்கிருந்துதான் தொடங்க முடியும்.

வகுப்பறை ஜனநாயகத்தின் முக்கியத்துவத்தை வலியுறுத்துகிற தமிழகம் அறிந்த தலைசிறந்த கல்வியாளர் பேராசிரியர் மாடசாமி அவர்கள், 'யாதும்' இதழில் முதல் தொடர் எழுதினார்.

'வித்தியாசம்தான் அழகு' என்கிற அந்தத் தொடர் வாசகர்களிடம் பெரிய வரவேற்பைப் பெற்றது. குழந்தைகளின் உலகத்தைப் பெரியவர்கள் புரிந்துகொள்வதற்கு அந்தத் தொடர் பெரிதும் துணைநின்றதாகப் பல கடிதங்கள் ஆசிரியர் குழுவிற்கு வந்தன.

'யாதும்' இதழில் வெளிவந்த 'வித்தியாசம்தான் அழகு' தொடர், புத்தகமாக வெளிவந்து பலரும் பரிசளிக்கிற நூலாக வரவேற்பு பெற்றது.

அதேபோன்று குழந்தைகளின் மனங்களைப் பெரியவர்கள் புரிந்துகொள்வதை மேம்படுத்தும் புதிய தொடர் ஒன்றை யாரை எழுதவைக்கலாமென்று யோசித்தபோது, சுவிட்சர்லாந்தில் பள்ளி மாணவர் நல ஆலோசகராகப் பணியாற்றும் மதிவதனி அவர்களைப் பரிந்துரை செய்தார் மாடசாமி. அப்படித்தான் இந்த நூலின் தொடக்கம் அமைந்தது.

ஐரோப்பிய நாடுகளின் அரசும், கல்வி நிறுவனங்களும், பெற்றோர் தரப்பும், சமூகமும் குழந்தைகளைப் புரிந்துகொள்ள நிறைய முன்மாதிரி முயற்சிகளை மேற்கொள்கின்றன.

வளர்ந்த நாடுகள் கல்வியை வெறும் மதிப்பெண் சார்ந்த அழுத்தமாகக் குழந்தைகளுக்கு மாற்றுவதில்லை. பாடங்களைப் புரிந்துகொண்டு படிக்கும் சூழலைத் தருகின்றன. அவர்களுக்கு விருப்பமான கல்வியை ஆர்வமுடன் கற்பதைக் கல்விக்கொள்கையாக வகுத்துச் செயல்படுத்துகின்றன.

மதிவதனி அவர்கள் மாணவர்நல ஆலோசகராகப் பலஆண்டு அனுபவம் கொண்டிருக்கிறார். எளிய முறையில் விளக்கும் திறனும் வாய்த்திருக்கிறது. 'யாதும்' இதழில் ஒவ்வொரு மாதமும் அவர் எழுதிய தொடருக்கு ஆசிரியர்கள் மற்றும் பெற்றோர்கள் தரப்பில் நல்ல வரவேற்பு இருந்தது.

நாம் சாதாரணமாகப் பயன்படுத்தும் வார்த்தைகள்கூடக் குழந்தைகளிடம் எத்தகைய தாக்கத்தை உருவாக்கும் என்பதை எளிய மொழியில் சிந்தனையைத் தூண்டும் வகையில் எழுதினார். பிறரோடு ஒப்பிட்டுக்கொண்டே இருப்பது குழந்தைகளின் மனதை எவ்வாறு பாதிக்கும் என்பதை ஒரு கட்டுரை விவரிக்கிறது.

இன்னொரு கட்டுரை 'பெரியவர்களின் அறிவுரைகளைவிட, அவர்கள் குழந்தைகள் முன் செய்கிற செயல்களே மாற்றத்தைக் கொண்டுவரும்' என்பதை உதாரணத்துடன் விளக்குகிறது. வெற்றியடைய வேண்டும் என்பதைத் திரும்பிய பக்கமெல்லாம் சொல்லிக்கொண்டே இருக்கிறோம். தோல்வியை ஏற்பது எப்படியென்றோ, எதிர்கொள்கிற வழிமுறைகளைப் பற்றியோ சொல்லத் தவறுகிறோம். பெரியவர்கள் குழந்தைகளிடம் உரையாட வேண்டிய அவசியத்தை வலியுறுத்துகிறது ஒரு கட்டுரை.

பயனுள்ள பல்வேறு தலைப்புகளில் 'யாதும்' இதழில் மதிவதனி எழுதிய கட்டுரைகள், குழந்தைகளின் உலகத்தைப் புரிந்துகொள்ளச் சிறந்த வழிகாட்டியாக இருக்கும். குழந்தைகளின் மனதை நாம் அறிய உதவும் சாளரமாக வெளிச்சம் பாய்ச்சும். இந்தத் தொடர் நூல்வடிவம் பெறுவது, மேலும் பயன்தருவதாக அமையும். நூலாசிரியருக்கும், பதிப்பகத்தாருக்கும் எனது சார்பிலும், 'யாதும்' ஆசிரியர் குழு சார்பிலும் வாழ்த்துகள்.

அன்புடன்,
சூர்யா,
நிறுவனர், அகரம் ஃபவுண்டேஷன்.

வாழ்த்துரை

இது புதுக் குரல்...

தலைப்பு பேசுகிறது.

ஒவ்வொரு குழந்தைக்கும் ஒவ்வொரு தீர்வு...

பொதுப்படையான பேச்சு நுட்பமற்றது மட்டுமல்ல; ஆபத்தானதும்கூட. பொதுப்படையான குற்றச்சாட்டு, ஒப்பீடு, அறிவுரை – எல்லாமே ஆபத்தானவை.

'ஒவ்வொரு குழந்தையும் ஒவ்வொரு நட்சத்திரம்' என்று நம்பிப் பார்க்கும் மனம் வேண்டும்; கண்டு குதூகலிக்கும் கண்கள் வேண்டும். மகள் மதிவதனிக்கு அந்த மனமும் இருக்கிறது; அந்தப் பார்வையும் இருக்கிறது. எனவேதான் புத்தகத்தின் தலைப்பு பேசுகிறது.

'குழவிப் பூங்கா'வில்தான் மதிவதனியின் எழுத்தை முதன்முதலாகச் சந்தித்தேன். வாணமதி என்ற புனைபெயரில் மதிவதனி எழுதிய சிறுவர்க்கான கதை நூல் அது. யதார்த்தத்தின் சிறு சிறு அசைவுகளே குழவிப் பூங்காவின் கதைகள். இது முக்கியமான எழுத்து என்று அப்போதே உணர்ந்தேன். குழவிப் பூங்காவின் முன்னுரையில் 'இன்றைய வாழ்வியலில் சிறார்களுக்கு அதீத கற்பனையைக் கடந்த நிஜம் தேவைப்படுகிறது' என்றெழுதுகிறார் மதிவதனி.

இந்த 'நிஜம்' மதிவதனி எழுத்தின் அடிப்படை; அவர் குழந்தைகள் மீது கொண்ட அன்பின் அடிப்படை; புதிய தீர்வுகளைக் காணத் தூண்டும் அவருடைய அறிவாற்றலின் அடிப்படை; சலியாத அவர் உழைப்பின் அடிப்படை..

ஒவ்வொரு குழந்தைக்கும் ஒவ்வொரு தீர்வு – யாதும் இதழில் தொடராக வந்தபோது, அது புத்தம் புதுக் குரலாக ஒலித்தது. கனமற்ற இலக்கிய மொழியில் குழந்தை உளவியல் பேசிய புதுக் குரல்!

'பிள்ளைகள் சண்டையில் இருந்தே தமக்கான சுதந்திரத்தின் எல்லையைக் கற்றுக் கொள்கின்றனர்' (பிள்ளைகள் சண்டை பிடிக்கட்டுமே) எனப் புத்தம் புது வார்த்தைகளில் பேசிய குரல்! தவறுகளை– கற்றுக் கொள்வதற்கான 'வாய்ப்புகளாக'ப் பார்க்கும் புதுப் பார்வை. மனிதநேயம் மிளிரும் பார்வை! (தவறுகளை வரவேற்போம்)

குழந்தைகளிடம் குற்றம் கண்டுபிடிக்கவும், அதற்கெதிராகக் கூச்சல் போடவும் வீட்டுக்கு வீடு மனிதர்கள் இருக்கிறார்கள். (வகுப்பறைகளில் ஆசிரியர்கள்!) இவர்கள் எழுப்பும் கூச்சல்களால் குழந்தைகளிடம் நேரும் சிறு சிறு தடுமாற்றங்களைச் சரிசெய்ய முடியுமா? குழந்தைகள் மேலும் தடுமாறுவார்களே?.. "பதற்றமற்ற சூழலும், அதிகாரமற்ற பெரியவர்களுமே" பிள்ளைகளுக்குத் தேவைப்படுவதாக மதிவதனி எழுதுவது (வார்த்தைகளின் ஆழம்) மகத்தான உண்மை.

நூலில் மதிவதனி முன்வைக்கும் கேள்விகளும் முக்கியமானவை.

ஆடையில் சிறுநீர் கழித்துவிடும் குழந்தைகளைப் பார்த்து ஆர்ப்பரிக்கும் வீடுகளை நோக்கி அவர் எழுப்பும் கேள்வி இது: "இது உலக மகா பிழையா? ஆர்ப்பாட்டம் செய்ய!" (குற்றம் காணாதீர்). 'இது இயற்கையானது' என்று பதில் அளிக்கிறது மதிவதனியின் அன்பான குரல்.

குழந்தைகளைப் பாராட்டுவது முக்கியம் என வலியுறுத்தும் கட்டுரையில், (தவறுகளை வரவேற்போம்) பாராட்ட என்ன இருக்கிறது என்று கைவிரிக்கும் பெற்றோர் முன் வந்து விழும் கேள்வி இது – "வெற்றிக்காக மட்டும் பாராட்டுவதா?" ஒவ்வொரு வகுப்பறையை நோக்கியும் எழுப்ப வேண்டிய கேள்வி இது. வீட்டுக்கும் வகுப்பறைக்கும் வெற்றிதான் முக்கியம்!

ஒவ்வொரு கட்டுரையும் உதாரணங்களுடன் வருவது சிறப்பு. 'திருட்டுப் பட்டம் சூட்டலாமா' கட்டுரையில் உதாரணமாக வருபவன் குளோரி என்ற ஆப்பிரிக்கச் சிறுவன். மறக்க முடியாதவன்!

குழந்தைகளின் மீது அளவற்ற அன்பு கொண்டு பேசும் இந் நூல் வீடுகளிலும் பள்ளிகளிலும் இருக்க வேண்டிய பொக்கிசம்தான்.

அன்பு மகள் மதிவதனிக்கு வாழ்த்துகளும்... பாராட்டுகளும்...

7.6.2022.   ச. மாடசாமி
சென்னை-56.

என்னுரை

தமிழ் மரபில் வயது வந்தோரின் உளம் சார்ந்து அகவாழ்வு குறித்த உரையாடல்கள் ஏராளமாய்க் காணக்கிடைக்கின்றன. அவ்வாறு உளம் மகிழ்ந்திருந்த வீரியமிக்க தமிழ்ச் சமூகத்திலிருந்து நாம் வந்திருந்தாலும் ‘உளவியல்’ என்ற அறிவியல் சொல்லாடல் பழக்கப்படாத ஒன்றாகவே பலருக்கும் இருந்தது.

இன்றைய உலகமயமாக்கம் மனித சமூகத்தை ஏதோ ஒருவிதத்தில் இறுக்கமாகக் கட்டிப்போட்டுள்ளதை மறுக்க முடியாது. இயந்திரத்தனமான இல்லற வாழ்க்கையென்று இயம்புகின்ற குடும்பங்கள் அதிகமாகிவிட்டன.

ஓய்வற்ற வேலைச்சுமை, உரையாடி மகிழ நேரமற்ற தன்மை ஆகிய இரண்டும் இருவேறு அழுத்தங்களை நம் அன்றாட வாழ்வில் ஏற்படுத்தி வருகின்றன.

இந்த நிலையில் பிள்ளைகளுக்கு பெற்றோர்களால் கொடுக்கப்பட வேண்டிய உளரீதியான ஆரோக்கியத்தைச் சரிவரக் கொடுப்பதில் தடுமாற்றங்களும் ஏற்படத் தொடங்கிவிட்டன.

அதேசமயம் பள்ளி வளாகத்தில் கற்றல், கற்பித்தல் முறைகளும் பாடத்தை ஒப்புவிப்பதாக மட்டுமே இருப்பதனால், கற்றல் திறனுக்கு முக்கியத்துவம் கொடுக்கப்படுகிறதே தவிர கற்கும் மாணவர்களின் உளரீதியான ஆரோக்கியம் குறித்துப் பெரும்பாலான பள்ளிகளில் உணரப்படுவதில்லை.

எனது பத்து வருடச் சமூக நலன் சார்ந்த பணிகள் மற்றும் மாணவர்களின் உளநலம் சார்ந்த கற்றல் அனுபவத்தைக் கொண்டே இந்தக் கட்டுரைகளை எழுதி முடித்து நூலாக்கம் செய்துள்ளேன்.

வளர்ச்சியடைந்த நாடான சுவிற்சர்லாந்தில் ‘பிள்ளைகளின் உளம்’ ஆரோக்கியம் சார்ந்தே இருக்க வேண்டுமென்று அக்கறைப்படுகின்றனர். இதனால் பிள்ளைகளின் உளவியலைச் சிதைப்போருக்கு கடுமையான சட்டத்திட்ட விதிமுறைகளை அரசு வகுத்துவைத்துள்ளது.

பிள்ளைகளின் உணர்வுகளை மதிப்பதும், அவர்களுக்கான சுதந்திரத்தைத் தட்டிக்கழிக்காது இருப்பதுவும் முதன்மையான கடமையென்று பெற்றோர்கள் முதற்கொண்டு பள்ளி வளாகம் வரையில் உணர வேண்டுமென்று வலியுறுத்தப்படுகிறது.

எல்லாச் சமூகச் சூழலில் உள்ளது போன்ற சிக்கல்களும் இடையூறுகளும் இந்தப் பிள்ளைகளுக்கும் ஏற்படுகிறது என்பதை மறுக்க முடியாது. ஆனாலும் அதிலிருந்து தம்மை நிலைநிறுத்திக்கொள்ள இவர்களது உளவலிமை துணைசெய்து வருகிறது என்பதும் மறுக்க முடியாதது.

ஏன்? என்ற ஒற்றைக் கேள்வியில் இருந்து உளவியல் ஆரோக்கியம் ஆரம்பமாகிறது. எப்போது ஒரு குழந்தை இந்தச் சொல்லைக் கேட்கத் தொடங்குகிறதோ அன்று முதல், வளர்ந்தவர்களின் செயல்பாடும் திட்டமிடலும் அக்கறையும் சிறந்த அணுகுமுறை சார்ந்த ஒன்றாகப் பிள்ளைகள் மீது இருத்தல் வேண்டும்.

நமது தமிழ்ச் சமூகத்தில் உள்ள குடும்பங்களில் வளர்ந்தவர்களின் எதிர்பார்ப்புகளைப் பிள்ளைகள் மேல் சுமத்துவது இயல்பான ஒன்றாகிவிட்டது. இதனால் தமக்கான ஆளுமைத்திறனையும் தனித்துவத்தையும் கண்டறிய முடியாது தடுமாறும் பிள்ளைகள் உளச்சோர்வுடன் நடமாடும் மனிதர்களாக வளர்ந்து வருகின்றனர்.

இதனால் எண்ணற்ற குடும்பப் பிரச்னைகள், உளவியல் சார்ந்த நோய்கள் பெற்றோர்களுக்கும் பிள்ளைகளுக்கும் இடையில் பெருகிவருகின்றது. பிள்ளைகளுக்கும் பெற்றோர் சார்ந்த எதிர்பார்ப்புகள் நாளும் பொழுதும் மாற்றமடைந்து வருகிறது என்பது அடுத்தகட்டப் பிரச்னை.

இதற்கு முக்கியக் காரணம், ஓர் இனத்துக்கான மொழி முதற்கொண்டு கலாச்சார பண்பாட்டு விழுமியங்கள் மறைக்கப்பட்டு, தேவைகளுக்காக மாற்றுமொழிக் கலாச்சார விழுமியங்கள் உள்நுழைக்கப்படுவதே முதன்மைக்காரணம் எனலாம்.

தம்மைப் புரிந்த பெற்றோர்களையும் அவர்களது ஆலோசனைகளையும் அதிகமாக பிள்ளைகள் எதிர்பார்க்கின்றனர்.

தம்மை தங்களின் குழந்தைகள் என்ற அதிகார உணர்வோடு வழிநடத்தாது சமவிகித மதிப்பும் மரியாதையும் கொடுத்து நட்போடு கைபிடித்துச் செல்லும் பெற்றோர்களையும் விரும்புகின்றனர்.

பள்ளியில் தம்மைப் புரிந்து தமது கற்றல் திறனுக்கேற்ப ஊக்கமும் உற்சாகமும் கொடுத்து வழிப்படுத்தும் ஆசிரியர்களை அவர்களது உளம் நாடுகிறது.

அறிவுரைகளையும், ஒழுங்குவிதிகளையும் கட்டளையோடு முன்வைக்காது காலத்தின் அவசியத்தை உணர்த்தி முன்வைத்தால் தெளிவாக உள்வாங்க முடியுமென்று நம்புகின்றனர்.

பாடத்தை ஒப்புவிப்பதைக் கடந்து அதில் புதைந்துள்ள சுவாரசியத்தையும், நுணுக்கங்களையும், புதியனவற்றையும் அவர்களது மூளை அறிய ஆசைப்படுகிறது.

இப்படியான பல விடயங்களை அவதானித்ததன் விளைவாகவும் மாறுபட்ட சமூகத்திலிருந்து பெற்றுக்கொண்ட கற்றல் அறிவு மற்றும் பட்டறிவிலிருந்து பெற்றுவருகின்ற தெளிவினூடகவும் இந்தக் கட்டுரைகளை எழுதி நூலாக்கம் செய்துள்ளேன்.

ஏறக்குறைய மூன்றாண்டு காலமாக எழுதிய கட்டுரைகளின் தொகுப்பே இந்நூலாகும்.

பிள்ளைகளின் பருவங்களைச் சிறுவர்கள் மற்றும் டீன்ஏஜ் வயதுப் பிரிவினரென உள்வாங்கித் தேவைகளையும், தேடல்களையும் சிறு காட்சி ஊடாக முன்நிறுத்தி உளவியலோடு சார்ந்த வளர்ப்பு முறையின் அடிப்படை அவசியத்தைச் சொல்ல விழைந்துள்ளேன்.

எந்தளவுக்கு இந்தத் தேவை அவசியம் என்பதைப் பிள்ளைகளை உற்று நோக்குகிற பெற்றோர்களும் ஆசிரியர்களும் புரிந்துகொள்ள முடியும்.

மதிப்பிற்குரிய நடிகர் சூர்யா அவர்களின் அகரம் ஃபவுண்டேஷன் மூலமாக மாதந்தோறும் வெளிவருகின்ற யாதும் சஞ்சிகையில் எண்ணங்களைத் தெளிவுபடுத்தி எழுதும் வாய்ப்பு கிடைத்தது.

இதற்கு உறுதுணையாக இருந்து ஆலோசனை வழங்கிய ‘அப்பா’ என்று அன்போடு நான் அழைக்கும் மதிப்பிற்குரிய கல்வியியல் சிந்தனையாளர் மாடசாமி ஐயா அவர்களுக்கு முதற்கண் நன்றியைத் தெரிவித்துக்கொள்கிறேன்.

அத்தோடு எழுதுகின்ற கட்டுரைகளை வாசித்துப் பின்னூட்டம் கொடுத்து உற்சாகப்படுத்தி வரும் மதிப்பிற்குரிய நண்பர் இயக்குநர் ஞானவேல் அவர்களுக்கும் எனது நன்றியை மனதாரத் தெரிவிக்கக் கடமைப்பட்டுள்ளேன்.

பெற்றோர்கள், ஆசிரியர்கள், மாணவர்கள் என அனைவருக்கும் இந்தக் கட்டுரைகள் பயனுள்ளதாக அமையும் என்று நம்புகிறேன். நாளைய நம்பிக்கை நட்சத்திரங்களான இளையதலைமுறைப் பிள்ளைகளைப் புரிந்து வழிநடத்த இந்த நூல் பயன்படுமாயின் அதுவே இந்நூலாக்கத்தின் பெரும்பேறை பெற்றுவிடும் எனும் ஆவலோடு...

– மதிவதனி

ஒவ்வொரு குழந்தைக்கும் ஒவ்வொரு தீர்வு!

திருட்டுப் பட்டம் சூட்டலாமா?

குழந்தைகளை குழந்தைகளாகவே வாழவிடுங்கள்
— ரூஷோ

குளோரிக்கு ஐந்து வயது. அவன் கறுப்பினச் சிறுவன். பிரான்ஸ் நாட்டிலிருந்து அவனது பெற்றோர் தொழில் வாய்ப்பு தேடி இரண்டு குழந்தைகளுடன் சுவிட்சர்லாந்து நாட்டுக்குப் புலம்பெயர்ந்துள்ளனர். அவர்களது தாய்மொழி பிரெஞ்சு.

சுவிட்சர்லாந்தில் இவர்கள் குடியேறிய சூரிச் மாநிலத்தின் பிராந்திய மொழி ஜெர்மன். தன் தங்கை ஹப்பியுடன் ஹேப்பியாக பள்ளியில் அடியெடுத்து வைக்கிறான் குளோரி. இருப்பினும் புதிய மொழி, புதிய முகங்கள் என்றிருந்த சூழல் அவனுக்குள் பயத்தையும் குழப்பத்தையும் ஏற்படுத்தியது.

இதை சரிசெய்வதற்கான பயிற்சி சுவிட்சர்லாந்து பள்ளிகளில் தரப்படுகிறது. கின்டர் கார்டன் எனப்படும் ஆரம்பப் பள்ளி முடிந்தவுடன் உடல் உளநலப் பராமரிப்பு இல்லத்துக்கு அவன் வருவான். மதிய உணவு முடிந்தவுடன் மொழி, பழக்கவழக்கம், மாற்றுக் கலாசாரம் மற்றும் புதிய சூழலைப் பழகிக் கொள்வதற்கான பயிற்சி தரப்பட்டது. இந்த இல்லத்துப் பராமரிப்பாளர்களின் கண்காணிப்பில், சக மாணவர்களுடன் சேர்ந்து குளோரியும் கற்றுக்கொள்ள ஆரம்பித்தான். ஓரிரு மாதங்களில் அவனிடம் இறுக்கம் தளர்ந்தது.

திடீரென ஒரு நாள் குளோரி மீது ஒரு புகார் எழுந்தது. ஆல்பர்ட் எனும் சக தோழன், 'குளோரி இரண்டு கார்களைத் திருடி தன் கால்சட்டைப் பைக்குள் வைத்துள்ளான்' என பராமரிப்பாளரிடம் புகார் செய்தான்.

குளோரியைக் கூப்பிட்டபோது அவன் பயந்தவாறே வந்தான். "கார்களை ஏன் எடுத்தாய்?" என்றபோது சுற்றும் முற்றும் பார்த்தான்.

“திருடுவது தப்பென்று தெரியாதா?” என்றபோது எந்த பதிலும் இல்லை. திருதிருவென விழித்தான். ஏதோ சொல்ல முயன்றான். ஆனால், அவன் சொல்ல வந்ததை ஜெர்மன் மொழியில் சரளமாகச் சொல்ல முடியவில்லை. ஒருவித தவிப்புடன் மௌனமானான்.

பின்னர் பராமரிப்பாளர் கேட்டவற்றுக்கு, ‘*ja... Ja...*’ (ஆம்... ஆம்...) என்றான்.

நமக்கு இது ஒரு சம்பவம். ஆனால், குழந்தைகளைப் பொறுத்தவரை இதுவொரு பதிவு. ஆழ்மனதில் ஆழமாகப் பதிந்துவிடும் நிகழ்வு. குழந்தைகள் என்றுமே ‘சரி, தவறு’களை அறியாதவர்களாகவே வளர்கின்றனர். வாழ்வியல் சூழலில் அவர்களை வழிநடத்தும் பெரியவர்களிடமிருந்தே, ‘இது சரி... இது தவறு...’ என்பதையெல்லாம் கற்றுக்கொள்கின்றனர். ஆனால், இப்படி கற்கத் தொடங்கும் பிள்ளைகளாக பெரியவர்களின் பார்வையில் அவர்கள் உள்வாங்கப்படுவதில்லை.

பிறந்த சில மணி நேரங்களில் ஒட்டகச்சிவிங்கியின் குட்டி ஓடத் தொடங்குகிறது. குழந்தைகளுக்கு இதற்கு இரண்டு ஆண்டுகள் தேவைப்படுகிறது. ஆனால், ஒட்டகச்சிவிங்கி குட்டியாக குழந்தைகளைக் கருதி ஓட வைக்கிறார்கள் பலரும்! தமது பட்டறிவுக்கும் பகுத்தறிவுக்கும் படிப்பறிவுக்கும் நிகராக செயலாற்றவேண்டிய கட்டாயத்துக்கு பிள்ளைகளை ஆளாக்குகிறார்கள். மனம் போன போக்கில் பண்படாத மனதில் பாறங்கற்களாக வார்த்தைகளை வீசுகின்றனர். பெரியவர்கள் போல சிந்தித்து செயலாற்ற பிள்ளைகளுக்கு நீண்ட அவகாசம் அவசியமாகிறது.

ஒவ்வொருவருக்கும் ஏதோ ஒன்றின் மீது அதீதமான பிடிப்பு இருக்கும். அது ஓர் ஆசையாக ஆழ்மனதில் பதுங்கிக்கொள்ளும். இதில் குழந்தைகளும் விதிவிலக்கல்ல. வயதுக்கேற்ப, சூழலுக்கேற்ப, அவர்களின் விருப்பு வெறுப்புகள் மாறிக்கொண்டே இருக்கின்றன. தங்களுக்குப் பிடித்த ஒன்றை புதிய சூழலில் பார்க்கும்போது, ‘இது நமக்கான பொருள்’ என்று மட்டுமே நினைக்கின்றனர்.

ஆனாலும் பகுத்தறிவு முன்நின்று அவர்களை எச்சரிக்கும். அப்போது சூழலை இருளாக மாற்றிவிட்டு, தனக்குப் பிடித்த அந்தப் பொருளை பதுக்கிவிடுகின்றனர். இப்படி சூழலை இருளாக மாற்றுவதும், அவர்களுக்குள் இருக்கும் குழந்தைத்தனமே! உண்மையில் நம்மை எத்தனை கண்கள் கண்காணிக்கின்றன என்பதை அவர்கள் உணர்வதில்லை. ஏனெனில் அவர்கள் இயல்பானவர்கள்.

இது ‘திருட்டு’ என்பதோ, அந்தக் கடினமான வார்த்தைக்குரிய அர்த்தத்தின் ஆழம் அவர்களுக்குப் புரிவதில்லை. அவர்களின் மூளையில் பதிவாவது, ‘இது நம் பொருள் இல்லை’ என்பது மட்டுமே! அவர்களுக்குத் திருட்டுப் பட்டம் சூட்டி பெரியவர்கள் பேசினால், குழந்தைகள் உளவியல் சிதைவுக்கு உள்ளாகலாம்.

மற்றவர்கள் முன் குற்றவாளியாக நிறுத்தி, அதிகாரத் தொனியில் அடுக்கடுக்காய் கேள்விகள் கேட்டாலும், இது 'தவறு' என அவர்கள் உணர்வதில்லை. ஏனெனில், இது தவறு என்பது அவர்களுக்குத் தெரியாது. மாறாக தாழ்வு மனப்பான்மை, குற்ற உணர்ச்சி ஆகியவை அதிகரித்து மன அழுத்தம் உருவாக வாய்ப்பு உள்ளது. இப்படி தவறு என உணரப்படாத சிறுபிள்ளைச் செயல்கள் வளரும்போது, நாளடைவில் வெறுப்பின் விளிம்பில் குற்றங்களைச் செய்யும் குற்றவாளியாக அவர்கள் உருவாகிறார்கள்.

'குளோரிக்கு எப்படிக் கற்றுக்கொடுக்கலாம்' என்பது உங்கள் கேள்வியாக இருக்கலாம்.

முதலில் ஆல்பர்ட் மனதில் குளோரியை கறையற்றவனாக நிறுத்தவேண்டும். குளோரி திருடவில்லை, இது திருட்டும் அல்ல! அவனுக்குப் பிடித்த காரை யாருமே விளையாடக்கூடாது என தன்னிடமே வைத்துக்கொண்டான். அவன் வீட்டில் தங்கைக்குக்கூட கொடுக்காமல் இப்படிச் செய்வானாம்.'இது குற்றமல்ல, நீ போய் விளையாடு' என ஆல்பர்ட் மனதில் படிந்துள்ள சலனத்தைத் துரத்துவது முதல் கடமை.

காரணம், இருவருமே சிறார்கள்! தவறான அபிப்ராயங்கள் மனதில் வளர்ந்துவிடக் கூடாது.

இரண்டாவதாக குளோரியுடன் தனிமையில் உரையாட வேண்டும். "இங்குள்ள பொருட்கள் உனக்கு மட்டுமானவை அல்ல! உன்னைப் போல எல்லோரும் விளையாட வேண்டும். விரும்பியதை எடுத்து விளையாடிவிட்டு உரிய இடத்தில் வை. மற்றவர்களுக்கும் கொடுத்து விளையாடு. இனி எல்லோரும் விளையாடி முடித்த பின்னர், 'எல்லாக் கார்களும் உள்ளதா' என நீதான் பார்க்கவேண்டும். ஏனெனில், நீதான் கார்களை கவனமாகப் பார்க்கிறாய். இப்போதுகூட ஆல்பர்ட் உடைத்துவிடுவான் என்று உனக்குப் பிடித்த கார்களை தனியாக பைக்குள் எடுத்து வைத்திருக்கிறாய். கெட்டிக்காரன் நீ" என அவனைத் தட்டிக்கொடுக்கவேண்டும்.

இப்படிச் செய்வதற்கு நமக்குத் தேவை உளவியல் நிபுணத்துவம் அல்ல! பிள்ளைகளுக்கு சரியையும், தவறையும் வயதிற்கு ஏற்ப எப்படிப் புரிய வைக்கவேண்டும் என்ற மனோபாவம் இருந்தால் போதுமானது.

குழந்தைகள் இயல்பானவர்கள். வலி தரும் வார்த்தைகளை வரைமுறையின்றி மென்மையான அவர்களின் உள்ளங்களில் வளர்ந்தவர்கள் மோதவிடுவதுதான் குற்றம்!

●

முன்மாதிரிகளாக நீங்கள் இருங்கள்!

ஒரு குழந்தையின் முதல் ஆசிரியர் பெற்றோரே!
- யாரோ

அச்சுவைக் கூப்பிட்ட அம்மா, "வா! வெளியில் விளையாடப் போகலாம்" என்றாள். துள்ளிக் குதித்து ஓடிச்சென்று தனது செருப்புகளை மாட்டிக்கொண்டு கிளம்பினாள் அச்சு.

கதவைத் தாழிட்டுக்கொண்டே தனது நான்கு வயது மகளைப் பார்த்த அம்மாவுக்குக் கோபம் கோபமாக வந்தது. "உனக்கு செருப்பு போடுவதற்கு எத்தனை முறை சொல்லிக் கொடுத்துவிட்டேன். இப்போது கூட 'வாழைப்பழச் செருப்பு' (வலம் மாறிய

செருப்பு) போட்டிருக்கிறாய்" என்று எரிச்சலடைந்தவாறே அச்சுவின் காதைத் திருகினாள் அம்மா.

அச்சு அமைதியாக தன் செருப்புகளைக் கழற்றி உற்றுப் பார்த்தாள். ஆமாம், வலது காலில் போட வேண்டியதை இடது காலிலும், இடது கால் செருப்பை வலது காலிலும் போட்டிருந்தது தெரிந்தது. மீண்டும் நிதானமாக, இம்முறை சரியாக செருப்புகளை மாட்டினாள். மகிழ்ச்சியுடன் அம்மாவைப் பார்த்து, "இப்போ ஓகேவா?" என்றாள்.

எரிச்சல் குறையாமலே, மகளின் கைகளைப் பற்றிக்கொண்டு வெளியே நடந்தாள் அம்மா.

குழந்தைகளைப் பொறுத்தவரையில் தாம் செய்வது சரியென எண்ணுவது அகப்பண்பு. அவர்களின் அகப்பண்பானது சூழலைப் பொறுத்து தீர்மானிக்கப் படுகிறது. இந்த சம்பவத்தை எடுத்துக்கொண்டால், 'வெளியில் விளையாடப் போவது' என்ற கருப்பொருள் மட்டுமே அச்சுவின் மனதில் பதிவாகியுள்ளது. மாறாக, 'செருப்பைப் பொருத்தமாக அணிய வேண்டும்' என்ற எண்ணமல்ல.

இந்த இடத்தில்தான் பெற்றோர்கள் தங்கள் குழந்தைக்கு ஆசிரியராக மாறவேண்டியது அவசியமாகிறது. அதாவது, குழந்தையின் அகப்பண்புக்கு முக்கியத்துவம் கொடுப்பதன் மூலம் அவர்கள் ஆழ்மனதில் மகிழ்ச்சியைப் பதிவு செய்வது. மாறாக புறப்பண்பைத் தூண்டவிடக்கூடாது.

‘நாம் வெளியில் போய் விளையாடி மகிழ்ச்சியை அடையப் போகிறோம்’ என்பது அச்சுவின் மனதில் அகப்பண்பாக உள்ளது. அம்மாவின் அகக்கண்கள் அதை உணரவே இல்லை. அச்சு செருப்பை மாற்றிப் போட்டிருப்பது மட்டுமே அம்மாவின் புறக்கண்களுக்குத் தெரிகிறது. அதனால் அம்மாவுக்கு எழும் கோபம், அச்சுவின் மனதில் இருக்கும் மகிழ்ச்சியைக் களவாடப் பார்க்கிறது.

தன்னைச் சார்ந்தவர்களின் செயல்களில் இருந்து அதிகாரம், வெறுப்பு, விருப்பு போன்ற உணர்வுகளை அறிந்து மற்றவர்களிடம் வெளிப்படுத்த முனைவது புறப்பண்பு. இதனை இயற்கையென பிள்ளைகள் எண்ணுகின்றனர். உண்மையில் அவர்களது அகப்பண்புக்கு முரணாக அமைவது இது. இந்நிலையில் பெற்றோர் அவர்களது அகப்பண்பை சிதைத்து புறப்பண்பைத் தூண்டிவிடக்கூடாது. அது குழந்தைகளை தவறாக வழிநடத்தும். அதன்பின் அவர்கள் மற்றவர்களின் மனதில் இருக்கும் உணர்வுகளைத் தேடாமல், அவர்கள் செய்யும் தவறுகளைத் தேட ஆரம்பித்து விடுவார்கள்.

குழந்தைகளின் திறனை, அகப்பண்பு, புறப்பண்பு என இரண்டு கண்ணோட்டங்களில் உளவியல் பார்க்கிறது. இதைப் பற்றி எழுத்தாளர் மு.வரதராசனார் அவர்கள் எளிமையாக எழுதியிருக்கிறார்...

“குழந்தைகள் பெரும்பாலும் தாம் செய்வதே சரி என எண்ணும் அகப்பண்புக் கொண்டவர்கள். அதற்குக் காரணம் அவர்கள் வளரும் சூழலே ஆகும். அழகனுக்கு ஒருமுறை அவன் தாய் மோரில் தண்ணீர் கலந்து கொடுத்தாள். தண்ணீரை மோரில் கலந்ததைப் பார்த்ததால் அதனை அவன் மறுத்தான். வேறு மோர் கேட்டு பிடிவாதம் செய்தான். இதற்குக் காரணம், மோரை ஒரு தனிப்பொருள் என அக்குழந்தை கருதியதே ஆகும். இதற்காக அந்தக் குழந்தையை அடிப்பது தவறு.

அந்தக் குழந்தையின் மனதில் இருக்கும் அந்த எண்ணத்தை மாற்ற முயலாமல், அக்குழந்தையிடம் பெற்றோர்கள் தோற்றுவிடுதலே சிறந்த தீர்வாகும். இதனால் அக்குழந்தைக்கு வெற்றிபெற்ற மனநிலை ஏற்படும். குழந்தையும் மன அழுத்தமின்றி மகிழ்ச்சியான மனநிலையுடன் இருக்கும். வளர வளர அது தன் தவறை உணரும்” என மு.வ குறிப்பிடுகிறார்.

“குழந்தைகளின் இதுபோன்ற அகப்பண்பே, பல செயல்களில் புறப்பண்பாக வெளிப்படுகிறது. குழந்தைகளிடம் பெற்றோரும் மற்றோரும், ‘அதை எடு.... இதை எடு’ என கட்டளைகள் போட்டுக் கொண்டிருந்தால், குழந்தைகளும் மற்றவர்களிடம் இதேபோல கட்டளைகள் போடுவார்கள். பிறரைப் பார்த்து மேற்சொன்ன செயலைக் கற்ற குழந்தை, ‘அம்மா! குடிக்கத் தண்ணீர் கொண்டு வா’, ‘அக்கா! எனக்கு ஷூ போட்டுவிடு’ என்று எல்லோருக்கும் வேலை வைக்கத் தொடங்குகிறார்கள். மற்றவர்களை வேலை வாங்குவது இயற்கை என்று எண்ணுகிறார்கள்” என்பதை மு.வரதராசனார் உணர்த்துகிறார்.

‘பிள்ளைகள் கற்பதற்குத் தயாராகின்ற பருவத்தினர்’ என்ற எண்ணம் பெற்றோரின் ஆழ்மனதில் பதிவாக வேண்டும். அப்போது, பெற்றோர் ஆசிரியராக மாறிவிடும் சூழல் இயல்பாகவே அமைந்து விடும். தமது

பிள்ளைகளின் கற்றல் திறனை அவர்களே மதிப்பீடு செய்கின்றனர். (இங்கு கற்றல் திறன் என்பது பாடத்தைக் குறிக்கவில்லை, பழக்கவழக்கங்களைக் குறிக்கிறது!) அதைத் தொடர்ந்து தினமும் அவர்களுக்கு புரியவைக்கும் மாற்றுமுறைகளை தேடும் செயல்பாட்டில் பெற்றோர் இறங்கிவிட வேண்டியுள்ளது.

இப்படி அணுகும்போது, தமது பிள்ளைகளின் அகப்பண்பை வளர்த்தெடுக்கும் இயல்பு பெற்றோரிடம் மேலோங்கும். இதனால் தாங்கள் இயற்கை என எண்ணும் புறப்பண்புகளைக் குழந்தைகளே காலப்போக்கில் மதிப்பீடு செய்து தவறுகளை உணர்வார்கள்.

மாறாக அவர்களை தண்டிக்கும்போது, அகப்பண்பு முதலில் சிதைவடைகின்றது. இதனால் வெறுமை உணர்வு மேலோங்க, தமது புறப்பண்பில் கவனம் செலுத்த முயல்கின்றனர். இதனால் விரைவில் சோர்வுநிலைக்கும், மனச்சிதைவுக்கும் அவர்கள் ஆளாக நேரிடும். இதனால் கத்துவது, கூச்சலிடுவது, அதிகாரம் செய்வது என நடந்துகொள்கிறார்கள்.

'தான் செய்வது சரி' என்று பிள்ளைகள் எண்ணுகையில், பெற்றோர்கள் புரிந்துகொண்டு தோற்றுவிடுவது நல்லது. அதனால் வெற்றிபெற்ற மனோநிலை அவர்களிடம் மேலோங்கும். அவர்கள் மன அழுத்தமின்றி மகிழ்ச்சியான சூழலில் வளரும் நிலை ஏற்படும்.

அப்படியென்றால் அவர்கள் சரியான பழக்கவழக்கங்களை கற்பது எப்போது? அது இயல்பாக நிகழும், கவலைப்பட வேண்டாம்!

குறிப்பாக அச்சு செருப்புகளை மாற்றி அணிந்து நடக்கும்போது, அவளுக்கு எழும் தடுமாற்றம் இயல்பாக கால்களை உற்றுநோக்க வைக்கும். தவறாக அணிந்துவிட்டதை அவளாக சொல்லிக்கொண்டே பொருத்தமாக அணிய முற்படுவாள்.

உண்மையில் பிள்ளைகள் பெரியவர்களைப் போல எதையும் சரியாக செய்யவேண்டும் என்பதில் சிரத்தை காட்டுவதில்லை. மாறாக, கற்றுக்கொள்வதில் மட்டுமே ஆர்வம் காட்டுவர். காலப்போக்கில் தமது அகப்பண்பின் நிலைக்கேற்ப கற்றதை மெருகூட்டி தம்மை மற்றவர் முன் நிலைநிறுத்த முயல்கின்றனர்.

இந்நிலை ஒவ்வொருவருக்கும் கொஞ்சம் வேறுபடலாம். சூழ்நிலையும், வளர்ப்பு முறையும், வழிகாட்டலுமே இதைத் தீர்மானம் செய்கின்றன. இதனை உணர்ந்து கற்றுக்கொடுப்பதில் பொறுமையும் ஆர்வமும் நிறைந்த முதல் ஆசிரியராக பெற்றோர்கள் இருப்பதே சிறப்பு.

●

வார்த்தைகளின் ஆழம்!

குழந்தைகளுக்குத் தேவை முன்மாதிரிகளே தவிர, குறை சொல்பவர்கள் அல்ல!

– ஜெனபர்ட்

“ஏன் பொய் சொல்கிறாய்? ஏன் பொய் சொல்கிறாய்? ஐந்து வயதில் இந்தப் பழக்கம் எங்கிருந்து வந்தது? சொல்... சொல்...” என்று தனது மகள் வானதியை மிரட்டிக்கொண்டிருந்தாள் தேவகி.

“சாக்லேட் எங்கே என்று தெரியாது அம்மா... எனக்குத் தெரியாது அம்மா...” என்ற வார்த்தைகளையே மீண்டும் மீண்டும் சொன்னாள் வானதி.

நடந்த எதையும் அறியாமல் மாலை வீட்டிற்குள் நுழைந்த கதிர், வீட்டில் வழக்கத்துக்கு மாறான அமைதி நிலவுவதை

உணர்ந்தான். எப்போதும் அவனைப் பார்த்ததும் உற்சாகத்துடன் ஓடிவரும் மகள், இன்று தனது அறையில் இறுகிய முகத்துடன் காரை உருட்டிக்கொண்டே இருந்தாள்.

"என்னடா?" என்ற தந்தையிடம், "பொய் என்றால் என்னப்பா?" என்றாள் வானதி.

"ஏன்டா?" என்ற தந்தையிடம், "சாக்லேட்டை நான் எடுக்கலை அப்பா. 'சாக்லேட் எங்கே' என்று அம்மா கேட்டாங்க. நான், 'தெரியலை' என்றே சொன்னேன். ஆனால் அம்மா, 'பொய் சொல்றே... பொய் சொல்றே...' என்று சொல்றாங்க அப்பா. பொய் என்றால் என்னப்பா?" என்று கேட்டாள் வானதி.

இந்த நிகழ்விலிருந்து எனது கட்டுரையை ஆரம்பிக்கலாமென நினைக்கிறேன். ஆரம்ப காலங்களில் எமது குடும்ப அமைப்பு கூட்டுக்குடும்பமாக இருந்தது.

நான் வாழ்கின்ற சுவிட்சர்லாந்தில்கூட கூட்டுக்குடும்ப வாழ்க்கை முறை இருந்ததாக இந்த நாட்டவர் கருத்து பகிர்கின்றனர்.

இந்த வாழ்வியலில், குறிப்பாக பிள்ளைகள் கற்றது அதிகம். இளம் பெற்றோருக்கான வழிகாட்டியாக வீட்டிலிருக்கும் பெரியோர்கள் இருப்பார்கள். வளர்ந்து வரும் சிறார்களிடம் எத்தகைய வார்த்தைகளை எவ்வாறு பேசவேண்டுமென்ற அனுபவம் அவர்களுக்கு இருந்தது. இளம் பெற்றோரின் பிள்ளைகளை வளர்த்தெடுக்கும் அரண்களாக,

வீட்டிலிருக்கும் பெரியோர்களே செயல்பட்டனர். பொறுமையும் நிதானமுமாக பிள்ளைகளுக்கேற்ற முறையில் அதிகமான நேரம் உரையாடியும் மகிழ்ந்தனர். இதனால் சிறார்களுக்கு வாழ்க்கையில் கற்கவேண்டிய நேர்மறை, எதிர்மறை எண்ணங்களைப் புரிதலுடன் பெற்றுக்கொள்ளும் வாய்ப்பு அதிகமாகவே கிடைத்தது.

இன்றைய வாழ்வியலில் கூட்டுக்குடும்பம் சுருங்கி ஒற்றைக்குடும்பமாக மாறிவிட்டது. அனேக வீடுகளில் பெற்றோருக்கு பிள்ளைகளிடம் பேசுவதற்கே நேரமிருப்பதில்லை. வாழ்வியல் சூழல் மாறினாலும், சிறார்கள் உளவியல் காலத்திற்கேற்ப மாற்றமடைவதில்லை. அன்பு, பரிவு, பாசத்துடன் கூடிய அமைதிச்சூழலையே பிள்ளைகளின் வளர்ப்பு முறை விரும்புகிறது.

குழந்தைகளின் உளவியல் சிதைவடையாத வகையிலான வளர்ப்பு முறை அவசியம் என்பதை வளர்ச்சியடைந்த நாடுகளில் இன்றும் உணர்ந்துள்ளனர். இதனால் உளவியல் நிபுணர்களின் தலைமையில் குழந்தைகள் காப்பகம், விளையாட்டுப்பள்ளி, பள்ளிகளில் உடல் உள நலப் பராமரிப்பு இல்லங்கள் போன்றவை செயல்படுகின்றன. பெரும்பாலான பிள்ளைகள் இந்த அமைப்புகளின் வழியே, தமது வயது மற்றும் உளநல மேம்பாட்டுக்கு ஏற்றபடி சொற்களுக்குள் புதைந்துள்ள அர்த்தங்களை இயல்பாக உணர்ந்து கொள்கின்றனர்.

நமது நாட்டில் பெரும்பாலான பிள்ளைகளுக்கு இந்த வாய்ப்பு கிடைப்பதில்லை. நின்று நிதானித்துப் பேசும் பொறுமை பெற்றோருக்கே இருப்பதில்லை. தமது வயதுக்கு நிகராக தமது பிள்ளைகளையும் நினைத்துக்கொண்டு உரையாடுகின்றனர். இதனால் அர்த்தமறியாத வார்த்தைகளை முதலில் பிள்ளைகள் அறிகின்றன. காலப்போக்கில் தமது செயல்பாட்டின் விளைவிலிருந்து அர்த்தமறியாத வார்த்தைக்கான பொருளை உணர்கின்றன. இது தவறான போக்கு.

'பொய்' என்ற வார்த்தையை பிள்ளைகளுக்கு சிறுவயதில் அறிமுகப்படுத்துவது தவறாகும். ஏனெனில், அந்தப் பிள்ளை பொய்தான் சொல்கிறது என்ற தெளிந்த புரிதல் முதலில் வளர்ந்தோருக்கு வேண்டும். 'குழந்தை பொய் சொல்கிறதா' என்பது தெளிவாகத் தெரியாத நிலையில், எதிர்மறையான எண்ணங்களின் வடிவங்களான வார்த்தைகளை பிள்ளைகளிடம் புகுத்துவது தவறாகும்.

அப்படியென்றால், குழந்தை சொல்வது 'பொய்' என்பதை எப்படி அறிந்துகொள்வது? 'பொய் சொல்வது தவறு' என்பதை குழந்தைக்கு எப்படி உணர்த்துவது?

இதற்கு படிமுறையான கேள்விகள் அவசியமாகின்றன. "இங்கிருந்த சாக்லேட்டைப் பார்த்தாயா? நன்றாக ஞாபகப்படுத்திப் பார்... நீ மறந்திருக்கலாம். இங்கே இருந்தது வேறு எங்கு போயிருக்கும்?" என்று கேட்கலாம்.

நகைச்சுவையாகக் கூட உரையாடிப் பார்க்கலாம். "கண்ணம்மா, ஒருவேளை சாக்லேட்டுக்கு கால் முளைத்து நடந்து போயிருக்குமோ?" என்று இதமாக சிரித்தபடி குழந்தைகளுடன் பேசத் தொடங்குவதே சிறப்பு. இப்படிக் கேட்கும்போது, அவர்கள் அதேபோன்ற கற்பனையுடன் பதில் சொல்லக்கூடும்.

இறுக்கமும் கண்டிப்பும் இல்லாத சூழலில், அவர்கள் தங்கள் மனதில் இருப்பதை குழந்தைத்தனத்துடன் வெளிப்படுத்துவர். நகைச்சுவையுடன் கூட பதிலளிப்பார்கள்.

"ஆமாம் அம்மா! இங்கு சாக்லேட் இருந்ததா... நான் பார்த்தேனா... சாக்லெட்டுக்கு குட்டிக் குட்டி கால் முளைத்ததா... வானதி 'வாவ்' என்றாளாம். உடனே அது அவள் வாய்க்குள் போய்விட்டதாம்" என்று கூட சொல்வார்கள்.

சாக்லெட்டை வானதி சாப்பிட்டு விட்டாள் என்பதை இப்படித் தெரிந்துகொண்ட பிறகு அவளிடம் சொல்லவேண்டியது இதுதான்... "சாக்லேட்டை சாப்பிட்டிருந்தால், 'ஆமாம் அம்மா, நானே எடுத்தேன்' என்று உடனே சொல் கண்ணம்மா!"

இந்த வார்த்தை அவளுக்கும் அம்மாவுக்குமான அன்பையும் புரிதலையும் இன்னும் இறுக்கமாக்கும். தமது செயலை வெளிப்படுத்தும் தன்னம்பிக்கை அவர்களுக்கு வளரும். காலப்போக்கில், 'அனுமதி கேட்காமல் எடுப்பது தவறு' என்ற கருத்துப் பரிமாற்றத்தின் மூலம் பொய்யை அடையாளப்படுத்த முனையலாம்.

பதற்றமற்ற சூழலும், அதிகாரமற்ற பெரியவர்களுமே இயல்பான பிள்ளைகளுக்குத் தேவைப்படுகின்றனர். வளர்ந்த பெரியவர்களில் பலரும் இதனை உணர்வதில்லை. அதிகாரமும், அர்த்தமறியாத வார்த்தைகளைப் பொழிவதும் குழந்தைகளின் மனநிலையில் பயத்தை உருவாக்குகிறது. இதனால் அவர்கள் வெளிப்படையாகப் பேச முடியாமல் தடுமாறுகின்றனர்.

ஆழமான அர்த்தம் பொதிந்த எதிர்மறை வார்த்தைகளை சிறுவயதிலேயே மனதில் நிறுத்தினால், அதன் விளைவாக எதிர்மறையான எண்ணங்கள் வளரக்கூடும். இப்படிப்பட்ட குழந்தைகள் வளரும்போது மற்றவர்களிடம் எதிர்மறையான வார்த்தைகளை அர்த்தமற்றுப் பேசுவார்கள்.

வளர்ந்தோரின் தெளிவற்ற தன்மை, சிறார்களின் உளவியலில் சிதைவை ஏற்படுத்துகிறது என்பதே நிஜம்.

●

குற்றம் காணாதீர்..

பெரியவர்கள் எப்படி இருக்கிறார்கள் என்பதைப் பொறுத்தே குழந்தைகள் கற்கிறார்கள். அவர்கள் பேசுவதை வைத்தல்ல.

– கார்ல் ஜங்

தீர்க் இரண்டாம் வகுப்பு படிக்கும் சிறுவன். பள்ளி இடைவேளையில் சக நண்பர்களுடன் மகிழ்ச்சியாக விளையாடி மகிழ்ந்தான். இடைவேளை முடிவதற்கான மணி ஒலிக்கப்பட்டது. உடனே வகுப்பறைக்குள் நுழையவேண்டுமென்ற எண்ணம் மட்டுமே அவனுள் இருந்தது. ஆனால், தன்னிலை மறந்து கால்சட்டையை ஈரமாக்கிவிட்டான்.

அவனது கண்கள் ஒரு நிமிடம் கால்சட்டையையும் மறுநிமிடம் சூழலையும்

பார்த்தன. என்ன நினைத்தானோ... ஈரமான கால்சட்டையுடன் வகுப்புக்குள் நுழைந்து தன் இடத்தில் அமர்ந்தான்.

பாடவேளை தொடங்கியபோது அருகே இருந்த பீட்டர் சிறுநீர் வாடையை உணர்ந்தான். தீர்க்கின் கால்சட்டையைப் பார்த்த அவன், "தீர்க் கால்சட்டையை ஈரமாக்கிவிட்டான்" என்று வகுப்பாசிரியரிடம் சொன்னான்.

வகுப்பாசிரியர் தீர்க்கை அழைத்தார். அவன் அருகில் சென்றான். "இப்போது என்ன செய்ய வேண்டும் என்பது உனக்குத் தெரியும். நடந்தது நடந்துவிட்டது. ஆனால்.." என்று அவனிடம் சொன்னபடி ஓர் அலமாரியை நோக்கி விரல் நீட்டி கண்களால் புரியவைத்தார்.

தீர்க் உடனே அந்த அலமாரியை நோக்கி ஓடினான். அந்த அலமாரியில் உள்ளாடை முதற்கொண்டு பிள்ளைகளுக்கான உடைகள் அடுக்கி வைக்கப்பட்டிருந்தன. (மூன்றாம் வகுப்பு வரை கல்வி கற்பிக்கும் ஆசிரியர்கள், தமது வகுப்பறையில் பிள்ளைகளுக்கான மலிவு விலை உடைகளை வாங்கி அடுக்கிவைப்பார்கள். இப்படியான நிகழ்வுகளின்போது அவர்களுக்கு மாற்றுடையாக அவை அமையும். பெற்றோர் அவற்றை சுத்தம் செய்து

அடுத்த நாள் பிள்ளைகளிடம் கொடுத்துவிடுவர். மீண்டும் அவை அலமாரியில் வைக்கப்படும்.)

தீர்க் தனக்கான ஜட்டி மற்றும் கால்சட்டையை எடுத்துக்கொண்டு கழிவறைக்குள் ஓடினான். நனைந்த கால்சட்டையை ஒரு பைக்குள் திணித்து எடுத்துக்கொண்டு வகுப்பறைக்கு வந்தவன், அதைத் தனது புத்தகப்பை அருகில் வைத்துவிட்டு பாடத்தில் ஒன்றிணைந்து விட்டான்.

இந்த சூழலில் மாணவர்கள் யாவரும் தமது வேலையில் கவனம் செலுத்தினார்களே தவிர, அவனை யாரும் கேலியாகப் பார்க்கவில்லை. வகுப்பறைக்குள் சலசலப்பும் ஏற்படவில்லை.

ஒரு பிள்ளை படுக்கையில், வகுப்பறையில் அல்லது பொது இடங்களில் தன்னிலை மறந்து சிறுநீர் கழித்துவிட்டால், உலகமகா பிழை செய்துவிட்டதாக பெற்றோர்களும் ஆசிரியர்களும் கருதுகின்றனர். சில ஆசிரியர்கள் தண்டனைகூட கொடுக்கின்றனர். பல பெற்றோர்கள், 'இந்த வயதில் இதுகூட தெரியவில்லையா?' என வசைபாடுகின்றனர்.

யாவற்றுக்கும் மேலாக, ஒரு பிள்ளை தன்னை மறந்து செய்ததை அவமானச் செயலாக அவர்களுக்குள் பதிவும் செய்துவிடுகின்றனர். குறிப்பாக, 'கால்சட்டையிலேயே சிறுநீர் கழித்துவிட்டாய்' என்று கத்தி ஆர்ப்பாட்டம் செய்யும்போது, அந்தப் பிள்ளையின் மனதுக்குள் பயம், அவமான உணர்ச்சி ஆகியவை மேலோங்கி நிற்கின்றன. பெரியவர்கள் செய்யும் இந்த ஆர்ப்பாட்டமே, மற்ற பிள்ளைகளை வேடிக்கை பார்க்கத் தூண்டுகிறது.

இதற்கு மாறாக, 'இது ஒரு சாதாரண நிகழ்வு. நடந்தது நடந்துவிட்டது. அடுத்து என்ன செய்ய வேண்டுமென்பதை யோசித்துச் செய்' என நினைவூட்டும்போது பிள்ளை பயமின்றி, பதற்றமின்றி, அவமானமின்றி தனது செயலை உணர்ந்து தனக்குள் பதிவு செய்ய முயலும். அதுமட்டுமன்றி, தனது செயலுக்காக வருந்தப்படவும் எத்தனிக்கும்.

இந்த நிகழ்வில் ஆசிரியரின் அணுகுமுறையும், சக மாணவர்களின் செயலும் கவனிக்கத்தக்கவை. 'ஏதோ நடந்துவிட்டது. ஆனாலும் அதனை எப்படி மாற்றியமைப்பது' என்பது கற்றுக்கொடுக்கப்படுகிறது. அதிலும், 'நீ செய்ததை நீயே மாற்று' என்றும் கற்பிக்கப்படுகிறது. சக மாணவர்கள் யாரும் கேலி செய்யவில்லை. ஏனெனில், 'இது இயற்கையானது' என்ற இயல்பினை அவர்கள் சிறுவயது முதல் உணர்ந்துள்ளனர். அத்துடன், 'கால்சட்டையை ஈரமாக்கி விட்டான்' என்றே பீட்டர் சொல்கிறானே தவிர, 'இவன் சிறுநீர் கழித்துவிட்டான்' என்று சொல்லவில்லை.

இதுகூட சிறுவயதில் அவர்கள் கற்பதுதான். 'எதையும் முழுமையாக அறியாமல் முடிவு செய்யக்கூடாது' என்பதும், 'மனதில் அதிர்வலைகளை ஏற்படுத்தும் வார்த்தைகளைப் பேசக்கூடாது' என்பதும் அறிந்து வளர்வதே நல்லது. பள்ளிகளில் உளவியலாளர்கள் சொல்வது, 'கால்சட்டையில் ஈரம் செய்துவிட்டான் அல்லது செய்துவிட்டாள்' என்பதையே. மற்றவர்கள்

அருவருப்போடு பார்க்கும் வகையில் வார்த்தைகளைப் பயன்படுத்தக்கூடாது என்பது விதிமுறை.

பிள்ளைகள் தமது வளர்ச்சிப் படிநிலையில் இதையெல்லாம் கற்றுக்கொண்டே வளர்கின்றனர். பாடத்தை மட்டுமின்றி, பழக்கவழக்கங்களையும் அறிகின்றனர். குறிப்பாக, தாங்கள் முன்மாதிரிகளாகப் பார்க்கும் பெற்றோர்கள் மற்றும் ஆசிரியர்கள் பயன்படுத்தும் வார்த்தைகளையும், செய்யும் செயல்களையும் தமக்குள் நிலைநிறுத்துகின்றனர். இது மாறாத விதியாக உள்ளது. இதனால் பிள்ளைகளுடன் இணைந்து பயணிப்பவர்கள் மிக நிதானமாக வார்த்தைகளை முன்வைக்கவேண்டியது அவசியமாகிறது.

பிள்ளைகள் குறித்த புரிதல் இல்லாதவர்களின் செயல்பாடுகள், பிள்ளைகளுக்கு எதிரானவையாகவே இருக்கும். சில பள்ளிகளில் இதுபோன்ற நிகழ்வுக்காக மாணவன் கடுமையாக தண்டிக்கப்படுகிறான். அதுமட்டுமன்றி பெற்றோரிடமும் புகார் செய்யப்படுகிறது. இதனால் மனதளவில் மாணவன் வருத்தப்படுகிறான். அவனுக்குள் அவமான உணர்வு பதிவாகிறது. தான் பிழை செய்துவிட்டதாகவே மனதுக்குள் வருந்துகிறான். ‘சக மாணவர்கள் என்ன நினைப்பார்களோ’ என தேவையற்ற கற்பனைகளை வளர்க்கிறான்.

பொதுவாக, தமது கருத்தை துணிவுடன் வெளியிடுவதற்கான இடத்தை பிள்ளைகளின் மனது தேடும். ஆனாலும், ‘பெரியவர்கள் போல கருத்து சொல்லக்கூடாது’ என்ற கட்டுப்பாட்டு விதிமுறை தடுக்கும். இதனால் இயல்பான பள்ளிச்சூழலை கடினமாக உணரத் தொடங்குகிறார்கள். இந்நிலை ஓரிரு நாட்கள் நீடித்தாலும், அது ஆழ்மனதில் மறையாத வடுவாக பதிவாகிவிடுகிறது.

குற்றமே இல்லாத ஒன்றுக்காக குற்றவுணர்ச்சி பதிவாகிறது. பிள்ளைகளை தொட்டதற்கெல்லாம் தண்டிப்பதோ, குற்றம் சொல்வதோ, வசைபாடுவதோ, சிறந்த வளர்ப்புமுறை அல்ல. இப்படிப்பட்ட சூழலில் வளரும் குழந்தைகளுக்கு, நாளடைவில் வருத்தப்படவேண்டிய விஷயங்களுக்குக்கூட வருத்தப்படத் தோன்றாது. இன்னும் சில பிள்ளைகள் எடுத்ததற்கெல்லாம் வருத்தப்படுவார்கள். எப்போதும் பிறர் செயல்களில் குற்றம் காண்பவர்களாக மாறிவிடுவார்கள்.

எதையும் தமது செயல்கள் மூலம் கற்றுத் தெளிவதற்கான சூழ்நிலையை பிள்ளைகளுக்கு அமைத்துக் கொடுப்போம். இதுதான் நம் கடமையே தவிர, வசைபாடுவதும் குற்றம்காண்பதும் அல்ல.

●

இவர்களின் பங்கு என்ன?

> உங்கள் செயல்கள் உங்களுடன் நின்றுவிடுவதில்லை. அவை உங்கள் பிள்ளைகளின் பின்னே நிழல் போலத் தொடரும்.
> – அப்துல் கலாம்

அதிகாலை ஏழு மணி. கையில் ஒரு சிறிய பூனைக்குட்டி பொம்மை. முகத்தில் வாட்டம். "காலை வணக்கம்" என்றாள் அலேஸ்சியா.

"காலை வணக்கம்" என்று பதிலளித்தவாறே, "நன்றாகத் தூங்கவில்லையா?" என்று வாஞ்சையுடன் கேட்டாள் ஆசிரியை.

"தூங்கினேன்..."

இருவரது கண்களும் ஒன்றுடன் ஒன்று மோதின. ஏதோவொரு நம்பிக்கை, தோழமை உணர்வு அந்த ஆறு வயதுச் சிறுமிக்குள் வந்திருக்கவேண்டும்.

"இன்று வெள்ளிக்கிழமைதானே?"

"ஆமாம். அடுத்த இரண்டு நாள் விடுமுறை. சூப்பர்" என்றாள் ஆசிரியை.

"எனக்கு இந்த வெள்ளிக்கிழமையைப் பிடிக்கவில்லை. ஏன் தெரியுமா?" என்றாள் அலேஸ்சியா.

அலேஸ்சியா காரணம் சொல்வாள் என்று ஆசிரியை காத்திருந்தாள்.

நெருங்கிவந்த அலேஸ்சியா, பூனைக்குட்டியை இறுக அணைத்தபடி பேசத் தொடங்கினாள். "என் அப்பாவும் அம்மாவும் இப்போது அன்பாக இல்லை. அதனால் அம்மா இங்கு சுவிட்சர்லாந்திலும், அப்பா இத்தாலியிலும் இருக்கிறார்கள். இன்று பள்ளி முடியும்போது அப்பா வருவார். அவருடன் காரில் இத்தாலி போகவேண்டும். ஞாயிறு இரவு மீண்டும் அம்மாவிடம் வரவேண்டும்.

எனக்கு இது பிடிக்கவில்லை. அம்மாவும் அப்பாவும் மாறி மாறி ஏதோ சொல்றாங்க, செய்றாங்க. ஆனால் எனக்கு எதுவுமே பிடிக்கவில்லை. முன்பு போல அம்மாவும் அப்பாவும் அன்பாகவேண்டும். நாங்கள் மூவரும் இந்த

ஜெசியுடன் (பூனை) விளையாட வேண்டும்” என்று மூச்சுவிடாது பேசியவள், திடீரென கண்கலங்கினாள்.

ஐரோப்பிய கலாசாரத்தில் மட்டுமே வேரூன்றியிருந்த விவாகரத்து மற்றும் பிள்ளைகளைப் ‘பொருட்களாகக் கருதி அங்கும் இங்கும் பண்டமாற்று செய்யும் குடும்ப அமைப்பு, இன்று தமிழர்கள் வாழ்வியலிலும் இயல்பாகிவிட்டது. குறிப்பாக படித்து பட்டம் பெற்றவர்களின் குடும்பங்களில் அதிகமான விவாகரத்து விண்ணப்பங்கள் முன்வைக்கப்படுகின்றன.

வளர்ந்தவர்களின் சிக்கல்களை நான் பேசவில்லை. மாறாக, அவர்களின் மணவாழ்வியல் போராட்டத்தில் தண்டிக்கப்படுகிற பிள்ளைகளைப் பற்றியே எழுத விரும்புகிறேன்.

ஆணும் பெண்ணும் இணைந்து உருவாக்கும் ஓர் உயிர், ‘மனிதன்’ என்ற பொது அடையாளத்துடன் பூமிக்கு வருகிறது. அடுத்த கட்ட சிறப்பு அடையாளம்... ஆணா, அல்லது பெண்ணா? இந்த எதிர்பார்ப்பைத் தொடர்ந்து இவர்களின் பிள்ளை இந்தக் குடும்பம், இனம், சாதி என்று அடுக்கடுக்காய் பல்வேறுபட்ட நிலைகளின் கீழ் உற்றுநோக்கப்படுகின்றனர்.

இதனால் அந்தப் பிள்ளையின் உரிமையையும் உணர்வுகளையும் பெற்றோர் சூறையாட முடியுமா?

நிச்சயமாக இல்லை.

பெற்றோர்களில் பலர் தமது விருப்பு வெறுப்புகளை எப்போதும் இருவருக்கும் இடையே பங்கிட்டுக்கொள்வதில் கணக்குப் பார்த்து முரண்படுகின்றனர். இந்தக் கணக்கு வழக்குகள் புரியாமல், பிள்ளைகள் மன உளைச்சலுக்கு ஆளாகின்றனர். பெற்றோர் இடையே ஆரம்பகட்டத்தில் நிகழும் தர்க்கம், அதனைத் தொடரும் கூச்சல், அழுகை, பொருட்களை எறிதல், அடிதடி போன்றவை பிள்ளைகளின் மனதில் பய உணர்வை முதலில் படியவைக்கிறது. அதனைத் தொடர்ந்து அர்த்தம் புரியாத வார்த்தைகளின் வேரைத் தேடுவதில் மூளை நரம்புகள் புடைக்கின்றன.

இதனால் ஒழுங்கற்ற தூக்கம், தனக்குள் அழுது தீர்க்கும் மனவருத்தம் என படிப்பில் கவனம் செலுத்தமுடியாத நிலை தோன்றுகிறது. தம்மைச் சுற்றி ஒரு வெறுமையை உணர்கின்றனர். ‘நாம் தனித்து விடப்படுவோமோ’ என்ற பய உணர்வே அதிகமான குழந்தைகளிடம் மேலோங்குகிறது.

‘இவர்கள் எமது பிள்ளைகள். இவர்களைப் பற்றிய எந்த முடிவையும் நாம் எடுக்கமுடியும்’ என்ற அதிகாரவர்க்கமாக பெற்றோர்கள் மாறிவிடுகின்றனர். குழந்தைகளின் உரிமைகளையும், உணர்வுகளையும் அவர்கள் கண்டுகொள்வதில்லை.

விவாகரத்துக்குப் பின்னர் தாம் ஈன்ற பிள்ளைகளின் எதிர்காலப் பொருளாதாரம் மற்றும் கல்வி சார்ந்து மட்டுமே யோசிக்கின்றனரே தவிர, ஆழமான அன்போடும் நம்பிக்கையோடும் தமது கைபிடித்து நடந்த

தமது குழந்தைகளின் மனநிலையில் எத்தகைய அதிர்வலைகளை அது உருவாக்குமென ஒரு கணம்கூட யோசிப்பதில்லை.

ஒரு கூரையின்கீழ் ஒன்றிணைந்து இருந்த பெற்றோர் தனித்தனியாக தள்ளிச் செல்லும்போது, இருவருக்குமான ஈகோ யுத்தத்தில் குழந்தைகள் பலிகடாக்களாக மாறிவிடுகின்றனர்.

'விவாகரத்துக்குப் பின்னர் அப்பாவைவிட அம்மா நன்றாகப் பார்த்துக்கொள்கிறார்' அல்லது 'அம்மாவைவிட அப்பா பரவாயில்லை' என்ற மனநிலை பிள்ளைக்கு வரவேண்டும் என்ற எண்ணத்தில் இருவரும் மாறி மாறி அதிகமான சுதந்திரம், ஆடம்பரம், செல்லம் கொடுத்து பிள்ளையின் நல்ல பழக்கவழக்கங்களுக்கு வேட்டு வைத்துவிடுகின்றனர்.

இன்னும் சிலர், ஒருவர் மேல் உள்ள கோபத்தை வெளிப்படுத்தி திட்டித் தீர்ப்பதற்கான ஜடப்பொருளாக பிள்ளையைப் பயன்படுத்துகின்றனர். 'உன் அம்மாவால்...', 'உன் அப்பாவால்...', 'உன் அம்மாவைப் போல...', 'உன் அப்பாவைப் போல...' என்று தொடங்கி புலம்பித் தீர்க்கும்போது பிள்ளைகளின் மனதில் வெறுப்பு, எரிச்சல், கோபம் மற்றும் பழிவாங்கும் எண்ணமே மேலோங்குகிறது.

இன்னும் சில குழந்தைகள் பெற்றோரால் கைவிடப்பட்டு பாட்டி வீடு அல்லது ஹாஸ்டலில் வளரும் சூழல் ஏற்படுகிறது. தனிமை நிலை மேலோங்க, மன அழுத்த நோய் ஆழ்மனதை ஆக்கிரமிக்கும். தனிமையைத் துரத்த தவறான பழக்கவழக்கங்கள், தீயநட்புத் தொடர்பாடல் என்பவற்றில் சிக்கி தமது இளம்பருவத்தைத் தொலைத்து விடுகின்றனர்.

பத்து வயது வரையில் தாம் நினைப்பதை மற்றவர்களிடம் சொல்வதற்கு வார்த்தை தேடும் பருவத்தினர் குழந்தைகள். இந்த வயதுக்குள் மனதை பாதிக்கும் சூழல் எதுவாக இருந்தாலும், மௌனமும் இறுக்கமுமே அவர்களின் வெளிப்பாடாக இருக்கும். இந்த நிலை காலப்போக்கில் தன்னிலை மறந்து, அல்லது வயதுக்கு மீறிச் செயல்படவும் வழியமைக்கும்.

மறைமுகமாக மனதில் படியும் இந்த அழுத்தம், வளர்ந்த மனிதனாக அடையாளப்படுகையில் தொழில் நிலை, இல்லறம், சமூகத்தொடர்பு என்று யாவற்றிலும் விட்டேத்தியான நிலையை உணரவைக்கும். இன்னும் சிலருக்கு அதுவே ஆணவத்தன்மையை மேலோங்கவும் வைக்கும்.

பெற்றோருக்கு குழந்தைகள் தரும் அம்மா, அப்பா என்ற அடையாளம், அந்தக் கடமைக்கான எல்லைக்கோடு மீறாதவரை நிலைபெறும். மீறினால், குழந்தைகளுக்கு அவர்கள் யாரோ மூன்றாம் மனிதர்கள் மட்டுமே!

●

இவர்களுக்காகவும் நேரத்தை அர்ப்பணியுங்கள்!

கலந்துரையாடாத விஷயங்கள் பற்றிய முடிவுகள் தான்தோன்றித்தனமாக எடுக்கப்படும்.

– ஜெர்மன் எழுத்தாளர் கோத்தே

“நாளை பள்ளிக்குப் போகவே பிடிக்கவில்லை” என்றான் அபிரன்.

ஞாயிற்றுக்கிழமை காலை உணவுக்குப் பின் பிள்ளைகள் இருவருடனும் அமைதியாக உலாவச் செல்வது வதனியின் வழக்கம். பெரியவன் குமரனுக்கு 17 வயது. அமைதியாக அம்மா அருகில் வந்தான். ஆனால் சின்னவன் அபிரன் பத்து வயதுக்குரிய மனோநிலையில் மீண்டும், “நாளை பள்ளிக்குப் போகவே பிடிக்கவில்லை” என்றான்.

நடப்பதை நிறுத்திய அம்மா, “ஏன்?” என்றாள்.

அம்மாவை உற்றுப் பார்த்தவன், "சமூகவியல் பாடத்துக்கான குழுச்செயல்பாடு நாளை. ஆனால் என் குழுவில் உள்ள ஐந்து பேரில் லியோன், கார்த்தி இருவரையும் எனக்குப் பிடிக்காது" என்றான்.

அவனது கருத்தை காதில் வாங்கியவள், "ஏன் பிடிக்காது?" என்று கிளை வினாக்களை எழுப்பியவாறு உற்சாகத்துடன் நடந்தாள். ஆனால் அபிரன் நின்றபடி பேச ஆரம்பித்தான். உடனே ஏதோ புரிந்துகொண்டவள், "வா... அந்த மரத்தின் கீழுள்ள இருக்கையில் அமர்ந்து பேசலாம்" என்றாள்.

அபிரன் மகிழ்ச்சியுடன் தாயை முந்திக்கொண்டு இருக்கைக்குச் சென்றான். குமரன் நிலைமையைப் புரிந்துகொண்டு, "ஒரு சுற்று நடந்துவிட்டு வருகிறேன்" என்று சற்று விலகி நடந்தான்.

அமைதியாக தாயும் மகனும் உரையாடத் தொடங்கினர்.

இன்று பல வீடுகளில் கைத்தொலைபேசியில் உரையாடும் நேரமே அதிகமாக உள்ளது. வீட்டில் கூட ஒருவருடன் ஒருவர் பேசுவதற்கான நேரம் குறைந்துகொண்டே வருகிறது. அனேக வீடுகளில் கைத்தொலைபேசியின் மூலமே குடும்ப உறவைப் பலப்படுத்த எத்தனிக்கின்றனர்.

இளம் வயதினர் பெற்றோருடன் முகம்பார்த்து அமைதியாகப் பேசுவதை மறந்துவிட்டனர் என்றே சொல்லலாம். கேட்ட கேள்விக்கு ஒற்றைப் பதில். உரையாடலை நீடிக்க விரும்பாத மௌன சமிக்ஞை. அல்லது கைத்தொலைபேசியில் குறுஞ்செய்தி என்றே குறுகிக்கொள்கின்றனர். இதனால் பெற்றோருக்கும் பிள்ளைகளுக்குமான உறவுப் பாலம் வலுவிழக்கிறது.

ஓய்வற்ற ஓட்டத்தில் இந்த அமைதியை அல்லது இடைவெளியை பெரும்பாலான பெற்றோர்கள் விரும்பி ஏற்றுக்கொண்டாலும், உளவியல்ரீதியில் இது தவறானது. ஏனெனில், "மனிதர்கள் வாய்மொழி மூலமும், உடல்மொழி

மூலமும் ஒருவருக்கொருவர் கருத்துப் பரிமாறுகையில் எண்ணற்ற உடல், உள மற்றும் சமூக மாற்றங்களுக்கான கருத்துகள், சிந்தனைகள் பிறப்பெடுக்கின்றன" என்கிறார்கள் மொழியியல் ஆய்வாளர்கள்.

ஆனால், உரையாடலுக்கான வாய்ப்புகளும் நேரமும் இன்றைய வாழ்க்கைமுறையில் குறைந்துகொண்டே வருகிறது. யோசித்துப் பாருங்கள்... பெரும்பாலான குடும்பங்களில் சிறு வயதிலிருந்தே பிள்ளைகளுக்கு பள்ளிப் பாடத்துடன் மட்டுமே உறவாட அதிகமான நேரம் ஒதுக்கப்பட்டு வருகிறது. வீட்டிற்குள் நுழைந்தால் பெற்றோர்கள் யாவரும் கேட்கும் கட்டாயக்கேள்விகள் சில...

- *சாப்பிட்டாயா?*
- *பள்ளியில் ஏதேனும் பிரச்னை செய்தாயா?*
- *பரீட்சை நடந்ததா? என்ன மதிப்பெண்?*
- *வீட்டுப் பாடம் என்ன?*
- *என்ன பரீட்சை?*

அனேக வீடுகளில் இவை மட்டுமே பிள்ளைகளுக்கும் பெற்றோருக்குமான உரையாடலாகவும் இருந்துவிடுகிறது.

பெற்றோருக்கு திருப்தியான பதில் கிடைத்தால், உரையாடல் அத்துடன் முற்றுப் பெற்றுவிடும். இல்லாத பட்சத்தில், காரணங்களைக் கேட்டு நடைபெறும் தொடர் உரையாடல் பிள்ளைகளின் மனதில் சோர்வை ஏற்படுத்துகிறது. அவர்கள் இதுபற்றிய தொடர் பேச்சுகளில் ஆர்வம் காட்டுவதில்லை. இதனால் வார்த்தைகளைச் சுருக்கிக் கொள்ள முயல்கின்றனர். ஏனெனில், இதனைக் கடந்த மகிழ்ச்சிகரமான சுவாரசியமான உரையாடலை அவர்களது மனது எதிர்பார்க்கிறது.

'பிள்ளைகளுக்கு நேரம் ஒதுக்குதல்' என்பது இதுபோன்ற உரையாடல்கள் அல்ல. எனவேதான், 'உங்களது பிள்ளைகளுக்காக நேரத்தை ஒதுக்குங்கள்' என்று கூறிவந்த வார்த்தைகளை மாற்றி, "உங்களது பிள்ளைகளுக்கு நேரத்தை அர்ப்பணியுங்கள்" என்று குழந்தைகளுக்கான மனநல ஆலோசகர்கள் சொல்லிவருகின்றனர்.

இந்நிலையில், உரையாடலுக்கான விதிமுறைகளாக சில காரணிகளை சுவிட்சர்லாந்து நாட்டு கல்வி உளவியலாளர்கள் குறிப்பிடுகின்றனர்.

1. முதலில் பிள்ளைகள் எதுகுறித்து உரையாட அல்லது மனம்திறந்து பேச விரும்புகின்றனர் என்ற தெளிவு அல்லது புரிதல் பெரியவர்களுக்கு வேண்டும்.

   ஒரு பிள்ளை, தான் பெற்ற அனுபவத்தை, திறந்த காதுகளுடன் கேட்பவர்களிடம் பகிர்ந்துகொள்ளவே விரும்புகிறது. அப்போது அலட்சியம் செய்வது அல்லது காது கொடுக்காது தொடர்பற்ற கேள்விகளை வெளிப்படுத்துவது, எரிச்சல்படுவது, 'போதும்' என்று இடைநிறுத்துவது...

எல்லாமே பிள்ளைகளின் உணர்ச்சிகளைக் காயப்படுத்துகின்றன. அவர்கள் கோபம், கூச்சல், பொருட்களை எறிவது, உடைப்பது, தனிமையாக ஒதுங்கிக் கொள்வது என தங்களை நோக்கி உங்களின் கண்களையும் காதுகளையும் திசைதிருப்ப முயல்கின்றனர். இதுபற்றிய புரிதலும் தெளிவும் பெரியவர்களுக்கு அவசியமாகிறது.

2. ஓர் உரையாடல் எப்போதுமே புரிந்துகொள்வதும் புரிந்துகொள்ளப்படுவதுமாகவும் இருத்தல் வேண்டும்.

   இதற்குத் தேவைப்படுவது ஆர்வம் மட்டுமே. ஆர்வமே நேரத்தையும், பொறுமையையும் வளர்ந்தவர்களுக்கு உருவாக்கிக்கொடுக்கிறது. பேசுகின்ற குழந்தைகளை பெரியவர்கள் புரிந்துகொண்டால், தமது பேச்சை ஆர்வத்துடன் செவிகொடுத்துக் கேட்பவரை குழந்தைகளும் புரிந்துகொள்வர்.

3. தனிப்பட்ட உணர்வுகளைப் புரிந்துகொண்டு, தட்டிக்கொடுப்பதும் அறிவுரை கூறுவதுமாக உரையாடல் செய்ய வேண்டும்.

பிள்ளைகளுடன் உரையாடுகையில் அவர்களது மனநிலைக்கு ஏற்பவும், வயதுக்கு ஏற்பவும் பேச்சுத் தொனி இருத்தல்வேண்டும். பாராட்டுதலுக்கான மகிழ்ச்சி வார்த்தைகளையும், பரிவுக்கான ஆறுதல் வார்த்தைகளையும் சூழலுக்கு ஏற்றபடி உடல்மொழியுடன் ஒருங்கே சேர்த்து வழங்குவதே சிறப்பானது. குறிப்பாக, தோளில் தட்டிக்கொடுப்பது, கைகொடுப்பது, நெற்றிப் பொட்டில் முத்தமிடுவது, இறுக்கி அணைப்பது போன்ற மகிழ்ச்சிப் பகிர்தல்களோடு பாராட்டுங்கள். ‘நான் இருக்கிறேன்’ என கண்களை உற்றுப் பார்ப்பதும், கைகளை இறுகப் பற்றுவதும், தோளில் சாய்ந்துகொள்வதுமான ஆறுதல் பகிர்தல்கள் அவசியம்.

இத்துடன், “நீங்கள் என்ன செய்தாலும், அந்த வேலையை நிறுத்திவிட்டு அக்கறையாக பிள்ளைகளின் உரையாடலை கவனியுங்கள். அவர்கள் பேசி முடிக்கட்டும் என்று காத்திருங்கள். அதன்பின் பேசுங்கள்” என்றும் இறுதியாக சுவிட்சர்லாந்து கல்வி உளவியலாளர்கள் சொல்கின்றனர்.

குழந்தைகளைக் குறைத்து மதிப்பிடாதீர்கள். தன்னை முழுமையாக உள்வாங்குபவர்களை அவர்களது ஆழ்மனது தெளிவாக உணர்ந்துகொள்ளும். தங்களை வளர்ந்தவர்கள் அலட்சியம் செய்வதை உணரமுடியும். தட்டிக் கேட்கமுடியாத சூழலில் இருப்பதை உணர்ந்தே, அவர்கள் எதிர்மறையாக செயலாற்றுகிறார்கள்.

‘பிள்ளைகளுடன் எவ்வளவுக்கு எவ்வளவு நேரத்தை ஒதுக்கி பேசுகின்றமோ, அந்த அளவுக்கு அவர்களின் சுயதிறன், உணர்ச்சித்திறன், மொழிவளர்ச்சித்திறன் யாவும் ஒருங்கே சிறப்படைகிறது’ என்கிறது குழந்தைகள் உளவியல். படிப்பைத் தாண்டிய குடும்ப உறவுகளின் உரையாடலே, பலமான உளவளர்ச்சிக்குத் துணையாகும்.

●

பிள்ளைகள் சண்டை பிடிக்கட்டுமே

உங்கள் கவனிப்பைக் காட்டிலும் உங்களது புரிதலுக்காகவே
உங்கள் குழந்தை மிகவும் நன்றியுள்ளவராக இருக்கிறது.
- சுவிஸ் எழுத்தாளர் லீசா வெங்கர்

முகம் சிவக்க வகுப்பறைக்குள் வந்தாள் ஜஸ்மின். "என்ன நடந்தது?" என்று அருகிலிருந்த அஷ்வின் பரிவுடன் கேட்டான். இருவரும் இடைவேளை முடிந்து பாடம் தொடங்கும் நொடிக்காக காத்துக்கொண்டிருந்தனர். வகுப்பறைக்குள் நுழைந்த ஆசிரியை அருகில் சென்ற ஜஸ்மின், 'இடைவேளையில் தினமும் சரவணன் தன்னை அடிப்பதாகவும், வகுப்பறையில் தனது

பொருட்களை எடுத்து மறைத்து வைப்பதாகவும்' முறைப்பாடு செய்தாள். 'பாடவேளை முடிந்தபின் இருவரும் எதிரேயுள்ள அறைக்குள் வாருங்கள்' என்று சொல்லிவிட்டு பாடத்தை ஆரம்பித்தார் ஆசிரியை.

பாடவேளை முடிந்தது. அறையில் தனக்கு முன்னே நிற்கும் இருவரையும் உற்றுப் பார்த்தார் ஆசிரியை. சரவணனிடம், "ஜஸ்மினின் கைகளைப் பற்றி, இனிமேல் இப்படிச் செய்ய மாட்டேன் என்று ஸாரி சொல்" என்றார். இருவரும் எந்த வார்த்தையும் பேசாது, ஆசிரியை சொன்னவாறே செய்தார்கள்.

இப்போது அழுத்தமான குரலில் ஆசிரியை பேசினார். "இருவருக்கும் இடையில் என்ன நடந்தது என்று நான் கேட்கவில்லை. ஏனெனில், தெரிந்தோ அல்லது தெரியாமலோ பிழை செய்திருக்கலாம். இந்த மன்னிப்பு இருவருக்கும் பொதுவானது. அதாவது, இனிமேல் எது நடந்தாலும் விளக்கமும் அதற்கான தண்டனையும் உண்டென்பதற்கான அடையாளமே இந்த மன்னிப்பு. எனவே மிக கவனமாக இருங்கள். எனது தனிப்பட்ட பார்வை உங்கள் மேல் எப்பொழுதுமே உண்டு" எனச் சொல்லி வகுப்பறைக்கு அனுப்பினார்.

'இந்த வழிமுறை சரியானதாக இருக்குமா?' என்ற கேள்வி உங்களுக்குள் எழலாம். 'உண்மையில் பிள்ளைகள் சண்டையிலிருந்தே தமக்கான சுதந்திரத்தின் எல்லையைக் கற்றுக்கொள்கின்றனர்' என்கிறது உளவியல்.

'பிள்ளைகள் முரண்பாடற்றவர்களாக இருக்கவேண்டும்' என்ற எண்ணமே தப்பானது. வெவ்வேறு குடும்பச்சூழலில் இருந்து பள்ளி என்ற சிறப்புப் பகுதிக்கு அவர்கள் உள் நுழைகிறார்கள். 'கற்றுக்கொள்வதற்காகவே (பாடங்களை மட்டுமல்ல, யாவற்றையும்) வருகின்றனர்' என்ற புரிதல் ஆசிரியர்களுக்கு முதலில் வேண்டும்.

‘கற்றுக்கொள்வதற்கான இடம் பள்ளி மட்டுமல்ல’ என்ற புரிதல் பெற்றோருக்கும் அவசியம். ‘பள்ளியும் வீடும் இருவேறுபட்ட பிரிவுகளாக இருந்தாலும், இரு பகுதியினருக்கும் பிள்ளைகளின் வளர்ப்பு நிலையிலும் புரிதல் நிலையிலும் சரிநிகர் சமபங்கு உண்டு’ என்பதை நினைவில் கொள்ளவேண்டும். எனவே, பிள்ளைகளைப் புரிந்துகொள்வதற்கான நேரத்தை முதலில் எடுத்துக்கொள்ள வேண்டியுள்ளது.

மேற்குறிப்பிட்ட சம்பவத்தில், இருவருக்குமிடையில் நடந்த நிகழ்வை விவாதமாக மாற்ற ஆசிரியை விரும்பவில்லை. ஒரு சம்பவம் நடந்து உள்ளது என்பதனை தான் உணர்ந்துள்ளதாகவும், அது சரியானதல்ல என்பதைப் புரியவைப்பதற்காகவுமே தனிமையான அறைக்குள் இருவரையும் அழைத்தார்.

இரண்டாவது கட்டமாக, ‘முதலில் மன்னிக்கவும் மறக்கவும் கற்றுக்கொள்’ என்று செய்முறை விளக்கம் கொடுக்கப்படுகிறது. மூன்றாவது கட்டமாக, ‘இனிமேல்...’ என்று எச்சரிக்கையும் விடுக்கப்படுகிறது. இந்தப் படிமுறைப் பாடம் பிள்ளைகளுக்கு அவசியமாகிறது.

எடுத்த எடுப்பில் கேள்வி கேட்டு, விவாதம் செய்து, தீர்ப்பு வழங்குவதால், பிள்ளைகளை புரிந்துகொள்வதற்கான வாய்ப்புகளைத் தவறவிடுகிறோம். அத்துடன், ‘எது சரி, எது தவறு’ என்று பிள்ளைகள் கற்றுக்கொள்வதற்கான வாய்ப்பை முடக்கியும் விடுகிறோம்.

வளர்ந்தவர்களாகிய நாம் எடுக்கின்ற நடவடிக்கைகள், பிள்ளைகளின் மனதில் வக்கிரத்தையும் பழிவாங்கலையும் வெறுப்பையும் நுழைக்காமல் பார்த்துக்கொள்ள வேண்டும்.

மறுநாள் வகுப்பறைக்குள் நுழைந்த ஆசிரியை, ‘பிரச்னைகளுக்கான தீர்வு’ என்ற தலைப்பின் கீழ் ஓர் அட்டையை சுவரில் ஒட்டினார். அதுகுறித்து உரையாடவும் தொடங்கினார்.

“பிள்ளைகளே! நாம் யாவரும் ஒரே குடும்பத்தைச் சார்ந்தவர்கள் அல்ல. வேறுபட்ட சூழல்களில் இருந்து, நல்ல விஷயங்களைக் கற்றுக்கொள்வதற்காகவே ஒற்றுமையுடன் இங்கு வந்துள்ளோம். நமக்குள் சண்டை வரலாம். ஆனால், எப்படி அதற்குத் தீர்வு காணவேண்டும் என்று முதலில் தெரிந்துகொள்ள வேண்டும். அந்தத் தெளிவு இருந்தால், ஒருவரை ஒருவர் மனசு நோகுமளவிற்குக் காயப்படுத்தவே மாட்டோம். அப்படிச் செய்தால், நமக்கு எதிராளிகளே இருக்க மாட்டார்கள். மகிழ்ச்சியான சூழலில் படிக்கலாம். படித்தவை எளிதில் மனதில் பதிவாகும்” என்றார் ஆசிரியை.

ஜஸ்மினும் சரவணனும் ஒருவரை ஒருவர் பார்த்துக்கொண்டனர். ஆசிரியை தொடர்ந்தார்...

“எந்தப் பிரச்னைக்கும் தீர்வு காண்பதற்கு ஒன்பது வழிகள் உள்ளன.

முதலாவது, ‘தயவுசெய்து மன்னித்துக் கொள்’ என்ற வார்த்தைகளைக் கற்றுக்கொள்ளுங்கள். நாம் மனிதர்கள். கோபம் வரும்போது ஏதாவது தவறு

செய்வோம். கோபம் போனபின் யோசித்துப் பார்க்கவேண்டும். பிழை என்று உணர்ந்தால், ஈகோ பார்க்காமல் இந்த வார்த்தைகளைச் சொல்லி விடுங்கள். நட்பு பலப்படும்.

இரண்டாவதாக, சில வேளைகளில் இந்த வார்த்தையைச் சொல்லிக்கொண்டே மீண்டும் மீண்டும் அதே பிழையை சிலர் செய்வார்கள். அந்தச் சூழலில் 'உதவியை நாடுங்கள்'. ஆசிரியர், பெற்றோர் அல்லது சக நண்பர்களிடம் நடந்ததை உள்ளபடி சொல்லுங்கள்.

மூன்றாவதாக, இப்படி உதவியை நாடியவரிடமிருந்து கிடைக்கின்ற செய்தியை 'செவி கொடுத்துக் கேளுங்கள்'. பின்பற்றவும் முயற்சியுங்கள்.

நான்காவது, உங்களுக்குத் தொல்லை தரும் நபர்களை அதிகம் கவனிக்காது 'தள்ளியிருக்கக் கற்றுக்கொள்ளுங்கள்'.

ஐந்தாவதாக, ஒருவருக்கொருவர் 'சமரசம் செய்துகொள்ள முன்வாருங்கள்'.

ஆறாவதாக, 'எனக்குப் பிடிக்கவில்லை, நிறுத்து' என்று வலியுறுத்தக் கற்றுக்கொள்ளுங்கள்.

ஏழாவதாக, 'நேரம் எடுத்துக்கொள்ளுங்கள்'. ஒரு தடவை தவறு செய்தவுடன் எவரையும் வெறுத்துவிடாதீர்கள். உங்களை புரிந்துகொள்வதற்கான நேரத்தை அவருக்கும், அவரைப் புரிந்துகொள்வதற்கான நேரத்தை உங்களுக்குமாக எடுத்துக்கொள்ளுங்கள்.

எட்டாவதாக, 'அந்த இடத்தை விட்டு நகர்ந்து விடுங்கள்'. பிரச்னையை வளர்க்காமல், அந்த சூழலை விட்டு நகர்வதற்குக் கற்றுக்கொள்ளுங்கள்.

இறுதியாக, 'உணர்வுகளை வெளிப்படுத்துங்கள்'. பிடிக்காத நிகழ்வொன்று நடைபெற்றாலே மனசு வேதனைப்படும். அப்போது உங்களது வருத்தத்தை மறைக்காது அழுகையாகவோ அல்லது வார்த்தையாகவோ வெளிப்படுத்துங்கள். இதில் தப்பே இல்லை. எதையுமே மறைத்துவைப்பதைவிட வெளிப்படுத்தும்போது, உங்களை மற்றவர் புரிந்துகொள்ளவும் தன்னை மதிப்பீடு செய்யவும் சந்தர்ப்பம் கிடைக்கிறது.

இந்த முறையில் பிரச்னைகளுக்குத் தீர்வுகாண கற்றுக்கொள்ளுங்கள். வளர்ந்த பிறகும் உங்களுக்கு இது உதவும். பலவிதமான மனிதர்களிடமும் தொடர்பை ஏற்படுத்திக்கொள்ளவும், உறவுகளை பலமாக்கவும், மனச்சோர்வை விரட்டியடிக்கவும் பயன்படும்" என்றார் ஆசிரியை.

இப்போது வகுப்பறையில் சிறு சலசலப்பு. ஐஸ்மினும் சரவணனும் மாறி மாறி 'ஸாரி' சொல்லிக்கொண்டிருந்தார்கள்.

●

இந்தக் கேள்வியைக் கேட்டால் தப்பான பிள்ளையா?

எப்பொருள் யார்யார்வாய்க் கேட்பினும் அப்பொருள்
மெய்ப்பொருள் காண்பது அறிவு.
- திருக்குறள்

முகிலன் கண்களில் வழிந்த கண்ணீரைத் துடைக்க மறந்தவனாக தனது அறையில் இருந்தான். ஏழு வயது நிரம்பிய முகிலனின் கைகளில் இருந்த பென்சில், வெள்ளைத்தாளில் தாறுமாறாகக் கிறுக்கியது. அவனது கோபம், கோணல்மாணலான கோடுகளாக அந்தத் தாளில் வழிந்தோடியது.

'பாப்பா வந்தால், அதுகூட விளையாட மாட்டேன். என் அறைக்குள் விடவே மாட்டேன். எதையும் கொடுக்கவே மட்டேன்' என்று தனக்குத்தானே சபதம் செய்து கொண்டான்.

அவன் கோபத்துக்கு மூல காரணம், அம்மா அவனைத் தாறுமாறாக அடித்தது மட்டுமன்றி, அவனது உயிர்த் தோழன் அஸ்வினுடன் இனி சேரக்கூடாது என்று கட்டளையிட்டதே!

அப்படி என்னதான் செய்தான் முகிலன்?

தாயின் வயிற்றைத் தடவிக்கொண்டே, "அம்மா... இந்தப் பாப்பா எப்படி வந்தது?" என்று கேட்டான்.

"ஏன் கேட்கிறே?" என்றாள் தேவகி.

"அஸ்வின் சொன்னான்... அப்பாதான் பாப்பாவை அம்மாவுக்கு கொடுப்பாங்களாம். உண்மையா அம்மா?" என்றான்.

அவ்வளவுதான்... தேவகி தன்னிலை மறந்தாள். "இந்த வயதில் இதெல்லாம் எப்படி உனக்குத் தெரியும்? படிக்கிற வயதில் இதையெல்லாம் யார் சொல்லித் தந்தது? கடவுளே... அந்த அஸ்வினுடன் சேர்ந்து இப்படிக் கெட்டுவிட்டாயே" என்று கூச்சலிட்டவாறே தாறுமாறாக முகிலனை அடித்தாள் அம்மா.

அப்போதும் அம்மாவின் கோபம் அடங்கவில்லை. "அறையை விட்டு வெளியே வரக்கூடாது. உனக்கு சாப்பாடு இல்லை. இனிமேல் டி.வி பார்க்க முடியாது" என்று பட்டியலை நீட்டிவிட்டாள்.

இன்றைய வாழ்வியல் முறை பிள்ளைகளின் தேடலை அதிகரித்துவிட்டுள்ளது. அறிவியல் வளர்ச்சி உச்சம் பெற்றிருக்கும் காலம் இது. தினசரி வாழ்வில் பயன்பாட்டில் உள்ள விஷயங்களாலும், ஒளிர்திரையில் அவர்கள் பார்க்கும் காட்சிகளின் அடிப்படையிலும், பிள்ளைகள் நாளும் பொழுதும் அறிந்துகொள்வது அதிகரித்தபடி செல்கிறது. தெளிவற்ற இந்த உள்வாங்கல்தான், தேடல்களாக மறுவடிவம் பெறுகிறது.

'ஏன்?' என்ற ஒற்றைக் கேள்வி இரண்டரை வயதிலிருந்தே பிறப்பெடுக்கிறது. முன்பெல்லாம், "நிலா ஏன் வானத்தில் இருக்கிறது?" என்று கேட்ட பிள்ளைகள் இப்போதெல்லாம், "நிலாவுக்கு எப்போது போவோம்?" என எதிர் கேள்வியையும் சேர்த்துக் கேட்கின்றனர்.

அந்த அளவுக்கு டிஜிட்டல் ஊடகங்கள் வியாபார நோக்கிலும் போட்டியின் அடிப்படையிலும் தினம் தினம் தேடித் தேடி புதிய தகவல்களை பிள்ளைகளுக்கு வழங்கிக்கொண்டே இருக்கின்றன.

இதையெல்லாம் அறிந்து அல்லது கற்று இருந்தால்தான் 'அறிவான பிள்ளை' என்று நம்மில் பலரும் நம்பியும் விடுகின்றோம்.

அறிவதை தெளிவற்று அறிவதனால், பிள்ளைகளின் மூளைக்குள் பல கேள்விகள் முளைத்துவிடுகின்றன. சில பிள்ளைகள் அதற்கு முக்கியத்துவம் கொடுக்காது தட்டிக் கழித்துவிடுகின்றனர். பல பிள்ளைகள் தேடுவதில் முனைப்பு காட்டுவர்.

'தமது பெற்றோரே அறிவானவர்கள். அவர்களுக்கே எல்லாம் தெரியும்' என ஒரு பிள்ளை முதன்முதலில் நம்பி முடிவு செய்கிறது. இதன் விளைவாகவே, 'ஏன்?' என்ற கேள்வியில் பெற்றோரையே முதலில் ஒரு குழந்தை நிமிர்ந்து பார்க்கிறது. அதற்கேற்ற வகையில் தந்தையோ தாயோ பதிலளிக்கத் தவறும் பட்சத்தில், அவர்கள் மனது சோர்வடைகிறது. இருப்பினும் மீண்டும் மீண்டும் தமது முயற்சியைப் பிள்ளைகள் கைவிடுவதில்லை.

"வாயை மூடு, சும்மா தொணதொணக்காதே. போய்ப் படி" என்று பெற்றோர் எரிச்சலுடன் பதிலளிக்கும் நாளில், 'இவர்களுக்கு ஒன்றுமே தெரியாது' என பிள்ளைகள் முடிவுசெய்கிறார்கள். பெற்றோரிடமிருந்து ஒதுங்கி வேறு நபரைத் தேடுகிறார்கள். இவர்களது தேடலுக்கான நபர் ஆசிரியராகவோ, நண்பர்களாகவோ, உறவினர்களாகவோ, யாராக வேண்டுமானாலும் இருக்கலாம்.

முகிலனின் நிலையும் இதுவே! 'தனது அம்மாவின் வயிற்றினுள் பாப்பா எப்படி வந்தது' என்ற தேடல் அவனுக்குள் முளைத்துள்ளது. 'கடவுள் தந்தார்' என்று சொல்வதை பிள்ளைகள் நம்பும் நிலையில் இல்லை. 'ஆண்&பெண்

உறவில் குழந்தை வருகிறது' என்று தெளிவற்ற பதில் கிடைத்துள்ளது. 'ஆனால் எப்படி?' என்ற விரிவான விளக்கத்துக்கான தேடலில் சிக்குண்டுள்ளனர்.

சென்ற தலைமுறைக் காலத்தில்கூட, 'இந்த சினிமாவை பிள்ளைகள் பார்க்கலாம்... இதைப் பார்க்கக்கூடாது' என்ற ஒழுங்கு விதிகள் வீட்டில் நடைமுறையில் இருக்கும். இப்போதெல்லாம் மடியில் நான்கு வயதுக் குழந்தையை வைத்துகொண்டே பெற்றோர் சினிமாவைப் பார்க்கின்றனர். காட்சிகள் மாறுகையில் பிள்ளைகளின் கண்களைப் பொத்துகின்றனர்.

பல நாடுகளில், 'இந்தப் படத்தை இந்த வயதுப் பிள்ளைகள் மட்டுமே பார்க்கலாம்' என்ற கட்டுப்பாட்டு விதிமுறை உண்டு. சினிமா தியேட்டரில் கூட இந்த ஒழுங்கு விதிமுறைகள் கடினமாக கண்காணிக்கப்படுகின்றன. சந்தேகம் வரும் பட்சத்தில் அடையாள அட்டைகூட பரிசோதனை செய்யப்படுகிறது. நமது நாட்டில் யாவும் தலைகீழானது.

இதுபோன்ற கேள்விகள் எழும்போது எப்படிக் கையாள்வது? முதலில் பொறுமையாக குழந்தைகளின் கேள்விகளை உள்வாங்குங்கள். 'ஏன் இந்தக் கேள்வி முளைத்தது' என்ற காரணத்தை அவர்களிடமே கேட்டறிந்து கொள்ளுங்கள். 'சரியான கேள்வி', 'தப்பான கேள்வி' என்று தரம் பிரித்து விளக்குவதை விட்டுவிட்டு, 'இந்தக் கேள்விக்கான பதிலை எப்படிக் கொடுக்கலாம்' என்று யோசியுங்கள். அவர்களிடம், 'நாளை சொல்கிறேன்' என்று அனுமதி கூட கேட்டுக்கொண்டு, புரியும்படி பதிலளிக்க முனையுங்கள்.

தேவைப்பட்டால், குழந்தை மனநல மருத்துவர், ஆலோசகர்கள், நண்பர்கள் உதவியை நாடுவதற்குத் தயங்கவேண்டாம். நீங்கள் கொடுக்கும் பதில், அவர்களின் தேடலைத் தெளிந்த நீரோடையாக மாற்றவேண்டும். மாறாக தேக்கமடைய வைத்தால், தவறான முறையில் தனது கேள்விக்கான பதிலை அறிந்துகொள்வார்கள். உங்களிடமிருந்து ஓர் இடைவெளியை உருவாக்கிக் கொள்வார்கள். 'அதிகாரமான தலைமைப்பண்பு உள்ள பெற்றோர்' என உங்களைப் பற்றி முடிவு செய்து விடுவார்கள். 'தோழமையுடன் கூடிய உங்கள் பண்பு' அவர்களது மனதிலிருந்து நீக்கப்படலாம்.

பிள்ளைகளைப் பொறுத்தவரை, மெய்ப்பொருளை மட்டுமே முதலில் அறிய விரும்புகின்றனர். பெரியவர்களின் தெளிவற்ற பதிலால் மட்டுமே, மெய் கடந்த பொய்யும் உண்டென பிள்ளைகள் கற்கின்றனர்.

அவர்களுக்கு மெய்ப்பொருள் காணும் வாய்ப்பு கொடுங்கள்!

●

பிள்ளைகளுக்கு எல்லைக்கோடு அவசியமா?

மற்றவர்களின் சுதந்திரம் குறைக்கப்படும் இடத்தில், உங்களது தனிச் சுதந்திரம் முடிவடைகிறது.
— சுவிட்சர்லாந்து நாட்டு சிந்தனைத் துளி

வகுப்பறை ஆரவாரமாக இருந்தது. நத்தார் பண்டிகைக்கான பத்து நாட்கள் விடுமுறை முடிவடைந்து உற்சாகத்துடன் நான்காம் வகுப்பு மாணவர்கள் வகுப்பறையில் கூடியிருந்தனர். விடுமுறை முடிந்து தொடங்கும் முதல் நாளில் ஆசிரியை ரேவதி பிள்ளைகளுக்குப் பாடம் நடத்துவதில்லை. 'விடுமுறையை எப்படியெல்லாம் கழித்தீர்கள்' என ஒவ்வொருவரிடமும் கேட்டறிந்து கொள்வார்.

"இன்றும் வழக்கம் போலவே பேசலாம் லெவின்" என்றார் ஆசிரியை.

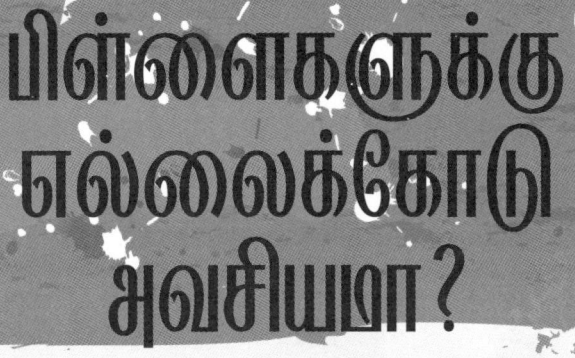

லெவின், "கிறிஸ்துமஸ் மரம் வைத்து நானும் அக்காவும் அலங்காரம் செய்தோம்" என ஆரம்பித்து கண்கள் விரிய கூறி முடித்தான். அடுத்ததாக, "மது" என்றார் ஆசிரியை.

ஆனால், முகிலன் தனது ஆட்காட்டி விரலை தலைக்கு மேல் உயர்த்தி தன்னைக் கேட்கும்படி சைகை செய்தான். மற்றவர்கள் உரையாடும்போது இடையிடையே குறுக்கிட்டான். இதனைக் கவனித்துக்கொண்டே வந்த ஆசிரியை ரேவதி, முகிலனை தனக்கருகில் அழைத்தார்.

"போதிய அளவு நேரமுண்டு முகிலா. உனது விடுமுறையை அறிவதில் எனக்கும் மற்றவர்களுக்கும் ஆர்வமாகவே உள்ளது. ஆனால், மற்றவர்கள் பேசும்போது நீ குறுக்கிடுவதனால், அவர்கள் சொல்ல நினைப்பதை சரியாகச் சொல்லவும் முடியாது. மற்றவர்களுக்கு புரிந்துகொள்வதிலும் சிரமங்கள் ஏற்படலாம். உன்னைப் போலவே ஒவ்வொருவரும்! உன் நேரம் வரும்வரை மற்றவர்கள் சொல்வதை செவி மடுத்துக் கேள். உனக்கு மிகவும் சுவாரசியமாக இருக்கும்" என்றார்.

இறுதியாகவே முகிலனின் நேரம். வகுப்பறையே அமைதியானது. பரபரப்பின்றி கண்கள் விரிய, முகிலன் தனது நாய்குட்டியுடன் கழிந்த விடுமுறையைச்

சொல்லி முடித்தான். அன்றைய நாள் முழுவதும் அந்த நாய்க்குட்டி குறித்து முகிலனிடம் நண்பர்கள் கேட்டு அவனை உற்சாகத்தில் ஆழ்த்தினர்.

பிள்ளைகள் காற்றின் சுழற்சியைப் போன்றவர்கள். எந்தவித எதிர்வினையையும் சிந்திக்காது, விரும்பியவாறு நாளும் பொழுதும் சுழன்றுகொண்டு இருக்கவே விரும்புகின்றனர். ஆனால், 'இப்படி இருந்தால் மட்டும் போதுமா' என்பது இன்றைய கேள்வியாக உள்ளது.

'இன்றைய குழந்தைகளுக்கு எவ்வளவு சுதந்திரம் கிடைத்துள்ளது' என பெற்றோர்கள் முதற்கொண்டு ஆசிரியர்கள் வரை வாய் பிளக்கிறார்கள். ஆனால், "இந்த 'சுதந்திரம்' என்ற வார்த்தைக்குள் எவ்வளவோ விதிமுறைகளும் தண்டனைகளும் மறைமுகமாக அடங்கியுள்ளன" என்று குழந்தைகள் நல ஆலோசகர்கள் தமது அனுபவங்களைப் பகிர்கின்றனர்.

'சுதந்திரம்' என்பதற்குள் 'எல்லை' என்ற ஒன்றும் உண்டென்பதை பிள்ளைகள் அறியாமலோ, அல்லது தவறாகப் புரிந்துகொண்டோ வளர்கின்றனர். அன்பின் வெளிப்பாடாக பிள்ளைகளுக்கு அதீதமான சுதந்திரத்தை வீட்டுக்குள் மற்றவர்கள் அனுமதிக்கின்றனர். குறிப்பாக பெரியவர்கள் பேசுகின்றபோது குறுக்கிடுவது, கேலி செய்வது, பொருட்களை அலங்கோலமாகப் போட்டு வைப்பது, உணவு உண்ணும் இடத்தில் தேவையற்ற இடையூறு செய்வது, கழிப்பறை சுத்தமின்மை... இப்படிச் சொல்லிக்கொண்டே போகலாம். 'நம் செல்லப் பிள்ளைகளுக்கு நம் வீட்டில் இல்லாத சுதந்திரமா' என்றே பெற்றோர்கள் ஆரம்பத்தில் எண்ணுகின்றனர்.

ஆனால், குழந்தைகள் உளநல ஆலோசகர்களின் கருத்து வேறாக இருக்கிறது. 'ஒரு குழந்தை பிறந்து தரையில் தவழ்கின்றபோதே தனது சுதந்திரத்தையும், எல்லையினையும் அது உணரத் தொடங்கிவிடுகிறது' என்கின்றனர் அவர்கள்.

தினமும் தனது சுதந்திரத்தை உளரீதியாக உணரும் பிள்ளை, தன் எல்லையை அறிந்துகொள்ள ஆர்வம் காட்டுகிறது. நாளும் பொழுதும் பிள்ளைகளின் உடல் மற்றும் உள வளர்ச்சிநிலை மாறிவருகிறது. அவர்கள் வீட்டில் எல்லையற்றுக் கிடைத்த சுதந்திரத்தை பள்ளியிலும், பொது இடங்களிலும் தொடர்ந்து எதிர்பார்க்கின்றனர்.

பிள்ளைக்கு ஐந்து வயது கடந்தவுடன் விதிமுறைகளும் தண்டனைகளும் வீடுகளில் முன்வைக்கப்படுகின்றன. 'இப்படிப் பேசு... இப்படி இரு... இப்படி நட... இப்படி... இப்படி...' என எல்லையற்ற விதிமுறைகள் முன்வைப்படுகின்றன. இத்தனை வருடங்களும் எல்லையற்று சுதந்திரமாகச் சுழன்று திரிந்த பிள்ளைகளுக்கு இந்த திடீர் மாற்றங்கள் முதலில் குழப்பத்தையே ஏற்படுத்துகின்றன.

இவையெல்லாம் எதற்கு என்ற தெளிவான விளக்கங்களை பெற்றோர்கள் கொடுக்கத் தவறிவிடுகின்றனர். மாறாக, 'நான் சொன்னபடி செய்யாவிட்டால் உன்னோடு பேச மாட்டேன்', 'விளையாடக் கூட்டிச் செல்ல மாட்டேன்' போன்ற பயமுறுத்தல்களை பிள்ளைகள் மீது முன்வைக்கிறார்கள். இன்னும்

சிலர் வார்த்தையால் துன்புறுத்துவது, அடிப்பது, தோள்களைப் பிடித்து உலுக்குவது, காதுகளைத் திருகுவது, தலையில் குட்டுவது, தள்ளிவிடுவது, கன்னத்தில் அடிப்பது போன்ற உடல் சார்ந்த துன்புறுத்தல்களையும் செய்கின்றனர்.

இப்படிப்பட்ட உடல் மற்றும் மனம் சார்ந்த துன்புறுத்தல்கள், 'இந்த விதிமுறைகள் எதற்கு' என்று பிள்ளைகள் சிந்தித்து உணர்வதற்கான வாய்ப்பைத் தடுக்கின்றன. 'தமக்கான எல்லை எது' என்பதை அவர்கள் தனித்துவமாக இனம் காண்பதற்கான வாய்ப்பையும் தடுத்துவிடுகிறது. மாறாக பெற்றோரிடமிருந்து தள்ளி நிற்பதற்கான சூழலை இது உருவாக்குகிறது.

'நம் பெற்றோருக்கு முன் போல நம்மீது அன்பில்லை' என்று பிள்ளைகள் விபரீதமாகக் கற்பனை செய்கின்றனர். இதனால் உளரீதியான அழுத்தம் அவர்களைச் சூழ்ந்து கொள்கிறது. அது மட்டுமன்றி, பெரியவர்கள் மீதான நம்பிக்கையைப் படிப்படியாக இழக்கின்றனர். தம்மைத் தாமே குறைவாகவும் மதிப்பிடத் தொடங்குகின்றனர். இன்னும் சிலர், பெற்றோரை தண்டிப்பதாகக் கருதி பல தவறான பழக்கவழக்கங்களையும் பழகிக்கொள்கின்றனர். விதிமுறைகளுக்கும் தண்டனைகளுக்கும் அடங்காத இவர்களது சுதந்திரப் போக்கு, அதிலிருந்து தப்பிப்பதற்கான வழியைத் தேடுகிறது. இதன்விளைவாக, பொய் சொல்வது, இயல்பான நிலையை மறைப்பது, மற்றவர் மேல் தமது குற்றத்தைச் சுமத்துவது, ஏமாற்றுவது என செய்கிறார்கள்.

இந்த நிலை பள்ளியிலும் தொடர்கிறது. பள்ளியில் ஆசிரியர்களும் மீண்டும் விதிமுறைகளையும் தண்டனைகளையும் முன்வைக்கின்றனரே தவிர, பிள்ளைகள் தமக்கான எல்லையை உணர்வதற்கான வாய்ப்பை வழங்குவதில்லை.

இந்நிலையில், 'பிள்ளைகள் சுதந்திரமானவர்கள்' என்று நாம் சொல்வதில் அர்த்தமில்லை. சுதந்திரம் என்பது தமக்கான எல்லையை உணர்ந்து தன்னிலையில் செயலாற்றுவது.

பிள்ளைகளுக்கு சிறுவயது முதல் இதற்கான சூழலை வீட்டில் பெற்றோர் ஏற்படுத்திக் கொடுக்கவேண்டியது கடமையாகும். தமக்கான சுதந்திரத்தை எல்லையோடு உணர்ந்து வளரும் பிள்ளைகள், தமக்கான விதிமுறைகளை நேர்மறையாக உணர்கின்றனர். வளர்ந்த மனிதர்களிடம் மனம்திறந்து, 'ஏன்? எதற்காக?' என்று கேள்விகேட்டு தெளிவு அடைகின்றனர். தமக்குப் பொருத்தமற்றதை வெளிப்படையாகச் சொல்லவும் தயங்குவதில்லை.

இந்த சுதந்திரப் போக்கு வகுப்பறையில் கற்பதற்கான ஆர்வத்தையும், ஆசிரியர் சொல்வதை செவிமடுப்பதற்கான மனோநிலையையும் மறைமுகமாக வளர்த்தும் வருகிறது. எல்லையுடன் கூடிய சுதந்திரம், தண்டனைக்கு எதிரானது.

விளையாட்டை மறுக்காதீர்கள்!

குழந்தைகளுடன் விளையாடினால் போதும். நீங்கள் விரும்பியவாறு அவர்களை மாற்றியமைக்கலாம்!

— பிஸ்மார்க்

வீதியில் மகிழ்ச்சியோடு கூடி விளையாடும் பிள்ளைகளை, தனது வீட்டு ஜன்னலின் திரைச்சீலையை ஒற்றைக் கையால் விலக்கியவாறு ஏக்கமாக பார்த்துக்கொண்டிருந்தான் சரவணன். நான்காம் வகுப்பு படிக்கும் சிறுவன். துறுதுறுவென இருப்பதற்காகவே படைக்கப்பட்டவன்.

அவனைப் புரிந்துகொள்ளாத பள்ளியும் வீடும், ஒரு பெட்டிக்குள் அடைத்துவைத்து பாடம் மட்டும் சொல்லிக்கொடுக்க போராடி வருகின்றன. தினமும் ஆசிரியர்கள் புகார் சொல்ல, 'இவனை எப்படித்

திருத்துவது' என்ற எதிர்மறையான சிந்தனை மட்டுமே பெற்றோர் மனதில் வளர்ந்துகொண்டிருந்தது. 'என்ன இருந்தாலும் நம் பிள்ளை' என்ற மேலான எண்ணம் தொலைந்து போயிருந்தது.

விளைவு... சரவணனின் குழந்தை மனத்தை சிதைக்கும்விதமான தண்டனைகள் நாளும் பொழுதும் அதிகரித்தன. வலி தரும் வார்த்தைகள், 'படி.... படி...' என்ற கட்டாய விதிமுறை, வெளியில் விளையாட அனுமதி மறுக்கப்படுதல், நண்பர்களின் தொடர்பைத் துண்டித்தல் போன்றவற்றைச் சொல்லலாம். யாவற்றுக்கும் மேலான தண்டனையாக சரவணன் கருதியது, வீட்டில் அவனை மட்டும் எந்த நேரமும் உற்றுப் பார்க்கும் நான்கு கண்கள்!

இன்றைய வாழ்வியல் மாற்றத்தில் அதிகமாக தண்டிக்கப்படுகிறவர்கள் சிறுவர்களே! குழந்தைத்தனத்தை தொலைத்த வாழ்வை அவர்களுக்குள் திணித்து, பந்தயக் குதிரைகளாக மாற்றுவதில் வீடும் பள்ளிகளும் முனைப்போடு செயல்பட்டு வருகின்றன.

கிராமத்தை ஒட்டி வாழ்கின்ற சிறுவர்கள் ஏதோவொரு வகையில் கொடுத்துவைத்தவர்கள். தங்களின் இயல்பை அதிகமாகக் களவாட முடியாத

சூழலில் அவர்கள் வளர்கின்றனர். வசதி வாய்ப்பில்லை என்ற வருத்தத்திலும், தம்மை அறியாத மகிழ்ச்சிக்கு சொந்தக்காரர்கள் அவர்கள்.

குறிப்பிட்ட நேரப்பள்ளி... பாடங்களைக் கடந்து தனது குடும்பம் குறித்தும், சமூகம் குறித்தும் சிந்திப்பதற்கான பொருளாதார நிலை... நவீன விளையாட்டுப் பொருட்கள் ஆதிக்கம் செலுத்தமுடியாத குடும்ப நிலை... இயற்கையான திறந்தவெளி விளையாட்டு மைதானம்... இப்படி நாளும் பொழுதும் தம்மைச் சுற்றியுள்ள சூழலை உற்றுப் பார்ப்பதற்கான கண்களைக் கொண்டவர்கள் கிராமத்துச் சிறுவர்கள்.

சுவிட்சர்லாந்து போன்ற வளர்ச்சியடைந்த நாடுகளில், சிறுவர்களுக்கு இத்தகைய சூழலை அளிப்பதில் ஆசிரியர்களும் பெற்றோர்களும் உளவியலாளர்களும் சமூக ஆர்வலர்களும் அக்கறை காட்டுகின்றனர். காரணம், அது விளையாடுவதற்கான பருவம் என்பது மட்டுமல்ல! 'விளையாட்டால் பிள்ளைகளுக்குக் கிடைக்கும் நன்மைகள் அதிகம்' என்பதுமே!

இன்றைய சூழலில் பல பெற்றோர்கள், பிள்ளைகளுக்கு விளையாட்டை மறக்க வைத்து, விளையாட்டுக் கல்வியை மட்டும் கற்கின்ற வாய்ப்புகளை ஏற்படுத்திக் கொடுக்கின்றனர்.

இங்கு உங்களுக்கு குழப்பம் தோன்றலாம். 'விளையாட்டுக்கும் விளையாட்டுக் கல்விக்கும் வேறுபாடு என்ன?'

"பள்ளியில் இந்த இந்த விளையாட்டுகள் பழக்கப்படுகின்றன. அதற்குப் பிறகு இவர்களுக்கு என்ன விளையாட்டு வேண்டிக் கிடக்கிறது? வீட்டிற்கு வந்தால் வீட்டுப்பாடங்கள் செய்து படிக்க வேண்டியதுதானே" என பல பெற்றோர்கள் இப்போது சொல்கின்றனர். இதுவே விளையாட்டுக் கல்வி. பள்ளியில் உடற்கல்வி ஆசிரியரின் கண்காணிப்பில், பிள்ளைகள் விரும்பியோ, விருப்பமின்றியோ பயிற்சி பெறும் விளையாட்டானது 'விளையாட்டுக் கல்வி' என்றே சொல்லப்படுகிறது.

'பிள்ளையின் மனநிலைக்கு அந்த நிமிடத்தில் என்ன தோன்றுகிறதோ, அதனை தனக்குப் பிடித்த நபர்களுடன் மகிழ்ச்சியுடன் கூடி விளையாடுவதே விளையாட்டு' என்று பொருள் கூறுகின்றனர். பிடித்த நபர்களாக நண்பர்கள் மட்டுமன்றி, பெற்றோர்கள், ஆசிரியர்கள்கூட இருக்கலாம் என்பது கவனிக்கப்பட வேண்டியது.

பிள்ளைகள் திறந்தவெளியில் விளையாடுவதையே பெரியவர்கள் விரும்புகின்றனர். அச்சூழல் கிடைக்காத வாழ்வியலில் உள்ள பிள்ளைகளை காடு, மலை, பூங்கா, கிராமங்கள் என்று அழைத்துச் சென்று, இயற்கையோடு ஒன்றிணைந்து விளையாடி மகிழும் வாய்ப்பை ஏற்படுத்திக் கொடுக்கின்றனர். அதுமட்டுமன்றி மரங்களும் செடிகளும் கொடிகளும் கற்களும் நிறைந்த சூழலை பள்ளி மைதானத்தில் உருவாக்கி, இடைவேளைகளில் அங்கு கூடி ஓடி விளையாடி மகிழும் நிலையும் உள்ளது. "இதனால் மட்டுமே பிள்ளைகள் விளையாட்டை ரசிக்கின்றனர்" என்கிறார்கள் குழந்தை ஆய்வாளர்கள்.

இப்படி விளையாடி மகிழும் குழந்தைகளுக்குள், கீழ்குறிப்பிடப்படும் நிலைகளில் சிறப்பான மாற்றங்கள் ஏற்படுகின்றன.

1. உடல்வளர்ச்சி படிநிலை

2. உடல் இயக்க படிநிலை

3. உளவியல் சமூக வளர்ச்சி படிநிலை

4. மூளைவளர்ச்சி படிநிலை

இந்த மாற்றங்களே ஒரு பிள்ளையை ஆரோக்கியமான கற்றல் திறன் உள்ள மாணவனாக அடையாளப்படுத்துகிறது.

இதற்கு மாறான விளையாட்டுக் கல்வியானது, பிள்ளையின் மனநிலையில் ரசனை, மகிழ்ச்சி என்பதைக் கடந்து 'கட்டாயமான ஒரு பயிற்சி' என்பது போலவே தோன்றும். இது பலருக்கு சோர்வையும் வெறுப்பையும் விரக்தியான மனநிலையையும் கொடுக்கும். இவற்றை வெளிப்படுத்த முடியாத சூழல், மனதுக்குள் அழுத்தமாக பதிவாகி வரலாம். சில பிள்ளைகள் எதிர்ப்பைக் காட்டினாலும், பெற்றோரும் ஆசிரியர்களும் அதற்கு செவி கொடுப்பதில்லை. அவர்களை மற்ற மாணவர்களோடு ஒப்பிட்டு, 'சோம்பேறித்தனம்' என்று ஏளனம் செய்து மனதைக் காயப்படுத்துகின்றனர்.

அடுக்குமாடிக் குடியிருப்பின் நான்கு சுவர்களுக்குள் கைத் தொலைபேசி, தொலைக்காட்சி, கணினி என்பவற்றுடன் விளையாடுவதும் கூட விளையாட்டல்ல. 'விளையாட்டு என்பது, அவர்களது நிலையில் எந்தவித விதிமுறையுமின்றி வியர்வைத்துளிகள் படிய சிரித்து மகிழ்ந்து பிடித்ததை விளையாடுவது' என்று சொல்லலாம். நாளொன்றுக்கு ஒரு மணி நேரமேனும் விளையாட்டில் செலவிடும் பிள்ளைகள், உடல், உள நல ஆரோக்கியத்தில் மேம்பட்டவர்கள் ஆகிறார்கள். அது மட்டுமல்லாது, கற்றல் சோர்வு அற்றவர்களாகவும், மனதை ஒருமுகப்படுத்தி கவனிக்கும் திறனை அதிகம் கொண்டவர்களாகவும் ஆகின்றனர்.

பிள்ளைகளுக்கு தண்டனையாக விளையாட்டை மறுக்காதீர்கள். அவர்களின் அனைத்துப் பிரச்னைகளுக்கும் தீர்வாக விளையாட்டைக் கருதுங்கள்.

●

மொழிக்கு தண்டனை தராதீர்கள்!

உங்களுக்குத் தெரிந்த மொழியில் ஒருவர் பேசினால், அது உங்கள் அறிவைச் சென்று சேரும். உங்கள் தாய்மொழியில் பேசினாலோ, அது உங்கள் உள்ளத்தையும் ஊடுருவிச் செல்லும்.

– நெல்சன் மண்டேலா

காலை எட்டு மணிக்கு பள்ளிக்குள் நுழைந்த முதல் வகுப்பு மாணவர்களில் பலரும் சோர்வாகவே காணப்பட்டனர். "இன்று அனேகர் சோர்வாகவே இருக்கிறீர்களே... என்ன காரணம்?" என சிரித்துக்கொண்டே கேட்டார் ஆசிரியை. அவர்களில் பலர், "இன்று வெள்ளிக்கிழமை" என்றனர்.

"வார விடுமுறை இரு நாள் வருகிறதே" என்றார் ஆசிரியை. மாணவர்களும் மகிழ்வுடன் சலசலத்தனர். "சரி, அரை மணி நேரம் உங்களுக்குப் பிடித்ததைச் செய்யுங்கள்" என்றவாறு தனது இருக்கையில் அமர்ந்தார் ஆசிரியை.

இப்போது மாணவர்களின் முகத்தில் உற்சாகம். சிலர் புத்தகங்கள் அடுக்கிய பக்கம் நகர்ந்தனர். சிலர் வகுப்பு மூலையில் கிடந்த மெத்தையில் உருண்டு புரண்டனர். மெதினா, வினி, சிறி, சோபி நால்வரும் வழக்கம் போல கூடினர். வீடு கட்டி அம்மா, அப்பா, நாய்க்குட்டியுடன் வாழத் தொடங்கினர்.

மெதினா துருக்கி மொழியைத் தாய்மொழியாகக் கொண்டவள். சிறி, வினி இருவரும் தமிழைத் தாய்மொழியாகக் கொண்டவர்கள். டொச்சு (ஜெர்மனி) மொழியை தாய்மொழியாகக் கொண்டவள் சோபி. சிறி, வினி இருவரும் இரட்டையர்கள். தமக்கிடையில் அவ்வப்போது தமது தாய்த்தமிழ் மொழியில் பேசிக்கொண்டனர். மீண்டும் டொச்சு மொழியில் தோழிகளுக்கிடையே பேசி விளையாடினர்.

படங்கள் நிறைந்த கதைப் புத்தகத்தோடு அவர்கள் அருகில் வந்த லியோன், "நானும் சேர்ந்து விளையாடலாமா?" என்றான். தோழிகள் அவனையும் இணைத்துக்கொண்டனர். லியோன் மடியில் விரித்துவைத்திருந்த புத்தகத்தில் உள்ள படங்களைப் பார்த்து கதைபேசத் தொடங்கினான்.

சிறி, வினி இருவரும் அருகே வந்தனர். படத்தில் விரல்களைத் தொட்டு, "மாடு" என்றனர். தொடர்ந்து, "மாடு தொட்டியில் தண்ணீர் குடிக்கிறது" என்றனர். லியோன் இருவரையும் பார்த்து, "இது தமிழ் மொழியா?" என்றான்.

அவர்கள் தலையை ஆட்டியவாறு, மாடு என்றால் 'கூ' (kuh) என்று மொழிபெயர்த்துச் சொன்னார்கள். இது என்றான் புற்களைக் காட்டி. 'ஹிராஸ்' (Gras) என்றனர். இப்போது மெதினா, சோபி இருவரும் சேர்ந்துகொண்டார்கள். விளையாட்டில் துருக்கி மொழி, தமிழ் மொழி, டொச்சு மொழி மொழிபெயர்ப்புகள் சூடு பிடித்தன. அருகே வந்த ஆசிரியை, "சூரியனுக்கு தமிழில் என்ன? துருக்கி மொழியில் என்ன?" எனக் கேட்டு உற்சாகப்படுத்திவிட்டுச் சென்றார்.

'இது மொழிக்கான தளம்' என நாம் எடுத்துக்கொள்ள வேண்டும். ஒரு பிள்ளைக்கு பழக்கவழக்கங்கள் எந்த அளவு முக்கியமோ, தனது தாய் மொழியில் பேசப் பழகுவதும் அந்த அளவு முக்கியம். நமது வாழ்வியல் சூழலில், பல குழந்தைகளுக்குத் தம் தாய்மொழி எதுவென்பதுகூட தெரியாது. இதனால் தாய்மொழித் திறன் மறுக்கப்படுகிறது.

"ஒரு குழந்தை தாயின் கருவறையில் இருந்தே தனது தாயின் ஒலியை தாய்மொழி வடிவில்தான் உணரத் தொடங்குகிறது" என்கிறார், மதுரை மனோதத்துவ நிபுணர் ராணி சக்கரவர்த்தி. கருவறை முதற்கொண்டே பெற்றோர் தமது தாய்மொழியில் சேயோடு உரையாடத் தொடங்குகையில், அங்கிருந்தே பிள்ளைகளின் மொழித்திறன் வளர்ச்சியடையத் தொடங்குவதாக ஆய்வாளர்கள் சான்று பகிர்கின்றனர்.

'தாய்மொழிவழிக் கல்வியே மிகச்சிறந்த கல்வி' என உலகின் பல்வேறு நாடுகளில் நிரூபிக்கப்பட்டுள்ளது. பொருளாதாரத்தில் முன்னேறிய ஜெர்மனி, ஜப்பான், சுவிட்சர்லாந்து, பிரான்ஸ் போன்ற பல நாடுகளில் தாய்மொழிக்கல்வியே நடைமுறையில் உள்ளது. 'ஒரு மனிதன் தனது தாய்மொழியில் மட்டுமே திறம்பட சிந்திக்கவும், எண்ணங்களை செயல்வடிவில் மாற்றியமைக்கவும், மற்றவர்களுடனான தொடர்புகளை மேம்படுத்தவும் முடியும்' என கருதப்படுகிறது.

இதற்காகவே சுவிட்சர்லாந்து, பிரான்ஸ், கனடா, ஜெர்மனி, ஆஸ்திரேலியா, பிரிட்டன் போன்ற பல் இனக் குழந்தைகளும் வாழும் நாடுகளில், ஒவ்வொரு இனக் குழந்தையும் தமது தாய்மொழியைக் கற்றுக்கொள்ளும் வகையில் கல்வி முன்னெடுப்புகள் உள்ளன. புலம்பெயர் பெற்றோர்களிடம், "உங்களது தாய்மொழியில் முதலில் பேசுங்கள். இந்த நாட்டு மொழிகளை அவர்கள் பள்ளிகளில் விரைவாகக் கற்றுக்கொள்வார்கள்" என்று பள்ளி ஆசிரியர்கள் வலியுறுத்துகிறார்கள்.

காரணம் என்ன? 'தமது பெற்றோர் மட்டுமே தமக்கு சரியானதைச் சொல்லிக்கொடுக்க முடியும்' என்ற முதல் நம்பிக்கையை பிள்ளை வைக்கிறது. 'எது சரி, எது தவறு' என்று சிந்திக்காமல், பெற்றோர் காட்டும் வழியில் செயலாற்ற முனைகிறது. இத்தகைய சூழலில், முதலில் பிள்ளைக்கு

தமது அடையாளத்தைப் பதிவு செய்யவேண்டியது பெற்றோரின் முதல் கடமையாகிறது.

ஏனெனில், தாய்மொழி அடையாளமே சிந்தனைக்கான ஊட்டம். தனது மொழியில் சிந்தனை செய்யும் பிள்ளை, பல்வேறு மொழிகளை அழுத்தம் இன்றி கற்க முடியும். தனது தனித்திறமைகளை தெளிவுடன் அடையாளப்படுத்த முடியும். இதன்மூலம், ஒவ்வொரு பிள்ளையின் தனித்தன்மையை ஆசிரியர்களால் எளிதில் கண்டுகொள்ள முடியும். அவர்களின் ஆளுமைக்கு ஏற்ப வழிநடத்தவும் துணை செய்யும்.

பிள்ளைகளுடன் தாய்மொழியில் உரையாடும்போது, பெற்றோர்களுக்கும் பிள்ளைகளுக்குமான பாசப் பிணைப்பு இறுக்கமடைவதாகவும், உறவுகள் மீது நம்பிக்கை வலுவடைவதாகவும் உளவியலாளர்கள் கூறுகின்றனர். தமது பண்பாட்டையும், வாழ்வியல் சூழலையும், சமூக மாற்றங்களையும் வேறுபடுத்திப் பார்க்கும் இயல்பு சிறு வயதிலேயே ஏற்படுகிறது.

தமது மொழியைப் பேசுவதற்கு பிள்ளைகளுக்கு முதலில் தேவை, தடையற்ற தளம். அது வீட்டிலிருந்தே தொடங்க வேண்டும். பேசுவதற்கான வாய்ப்புள்ள இடங்களில் எல்லாம் தாய்மொழியிலேயே பேசுவதற்கு பெற்றோர் ஊக்கப்படுத்த வேண்டும். ‘தமது மொழியைப் பேசுவோரிடம், தாய்மொழியில் பேசுவது உயர்வு’ என்ற எண்ணம் பிள்ளைக்குள் தடையின்றிப் பதிவுசெய்யப்பட வேண்டும். வேற்று மொழி பேசுவோரிடம்கூட, தமது மொழியை அடையாளப்படுத்த குழந்தைகள் தயங்கக்கூடாது.

இத்தகைய சுதந்திரப்போக்கு கிடைத்துவிட்டால், எந்த மொழியையும் உயர்வாகவும் தாழ்வாகவும் யாரும் கருத மாட்டார்கள். எந்த மொழி பேசுவோருடனும் இணைந்து செயல்படுவதற்கான ஆளுமையும் அதிகரிக்கும்.

பள்ளிகளில் மொழிக்கு தண்டனை கொடுப்பது நிறுத்தப்பட வேண்டும். மொழி என்பது அடையாளமேயன்றி, இன்னொரு மொழிக்கான தடைக்கல் அல்ல. இதை உணர்ந்தால், நமது குழந்தைகள் நாளைய உலகின் சாதனையாளர்கள் ஆவார்கள்.

●

தவறுகளை வரவேற்போம்

குழந்தைகள் விமர்சகர்களைவிட முன்மாதிரிகளைத்தான் அதிகம் விரும்புகிறார்கள்.

- ஜோசப் ஜீபர்ட்

இரண்டு வயது மகன் கவின், தந்தையின் கன்னத்தில் தட்டினான். கைப்பேசியில் எதையோ பார்த்துக்கொண்டிருந்த தந்தை, மகன் தட்டியவுடன் புன்னகை புரிந்தார். மீண்டும் கைப்பேசியில் கவனம் செலுத்தினார். கவின் மீண்டும் தந்தையின் கன்னத்தில் வேகமாகத் தட்டினான். இப்போது தந்தை அழுவது போல் பாவனை செய்தார். தந்தை அழுவதைக் கண்டவுடன் தாயை நோக்கினான் கவின். தாயார் மலர்ந்த முகத்துடன் மகனின் குறும்பை ரசித்தாள். மீண்டும் மீண்டும் தந்தையின் கன்னத்தில் தட்டுவதும், தந்தையின் அழுவது போன்ற

பாவனையை ரசிப்பதுமாக கவின் இதையொரு விளையாட்டாகவே தொடங்கிவிட்டான்.

இப்போதெல்லாம் யார் அவனை ஆசையோடு அணைத்துக்கொண்டாலும், அவர்களின் கன்னத்தில் தட்ட அவனது பிஞ்சுக்கரங்கள் துடிக்கும். அப்போதெல்லாம் "கவின்..." என்று கூச்சலிடுகின்றனர் பெற்றோர். "இதற்கெல்லாம் நீதான் காரணம்" என ஒருவரை ஒருவர் குற்றம் சாட்டுகின்றனர். கவினை முறைக்கின்றனர். காரணம் அறியாமல், குழந்தையாக விழிக்கின்றான் கவின்.

இந்த நிகழ்வில் ஒரு தவறு இடம்பெற்றுள்ளதை நம்மால் உணர முடிகிறது. பிள்ளைகள் வளரும்போது, முதலில் தமது ஐம்புலன்களின் ஊடாகவே தம்மை அடையாளப்படுத்த முனைகின்றனர். அவர்களின் தேவைகள், விருப்பு வெறுப்புகள் யாவற்றுக்குமான மொழியாக இந்த ஐம்புலன்களின் அசைவுகளே அமைந்துவிடுகின்றன. இதனைப் பெற்றோர் முதலில் புரிந்துகொள்ள வேண்டும்.

குறிப்பாக ஒரு பிள்ளை பிறந்து தவழத் தொடங்குகின்றபோதே, 'எதைச் செய்யவேண்டும்', 'எதைச் செய்யக்கூடாது' என்பதை உணர ஆரம்பிக்கிறது.

தமது பெற்றோரின் குரல் தொனியிலிருந்து இதை குழந்தை உள்வாங்குவதாக குழந்தைகள் நல நிபுணர்கள் கூறுகின்றனர். வளர்ந்தோரின் முகபாவனை மற்றும் குரல் தொனி இரண்டும் பிள்ளைகளின் புலன்களால் மிக விரைவாக உணரப்படுகின்றன. அவையே, 'எது சரி', 'எது தவறு' என பிள்ளைகளுக்கு பாடம் நடத்தத் தொடங்குகின்றன.

பிள்ளைகள் பிறந்து வளர்கிற வீட்டுச்சூழலில் தவறுகளைக் கூட ஆரம்ப கட்டங்களில் விளையாட்டுக்களாகவே கற்கின்றனர். அதுவே நாளடைவில் அவர்களது பழக்கவழக்கங்களில் மாறுதல் ஏற்படுவதற்கு அடிப்படையாக அமைந்துவிடுகிறது.

'சிறு பிள்ளைக்கு இந்த வயதில் சரி எது, தவறு எது என்பது எப்படித் தெரியப்போகிறது' என்று பெற்றோர்கள் நினைக்கிறார்கள். 'வளரும் போது மாறிவிடுவார்கள்' என்று தப்புக் கணக்கு போடுகிறார்கள். இதுதான் பிள்ளைகள் தமது தவறுகளை அடையாளம் காணவிடாமல் குழப்பத்தை ஏற்படுத்தி விடுகிறது எனலாம்.

நமது நாட்டில் சிறுவயது முதல் பிள்ளைகள் மேல் வைத்திருக்கும் அதீத அன்பால் அவர்கள் செய்கின்ற குறும்புச் செயல்களை ரசிக்கிறோம். 'இது எதற்கான அடித்தளமாக இருக்கும்' என்று ஒரு கணம் சிந்திப்பதில்லை.

வளர்ந்த மேலை நாடுகளில் மழலைப்பருவம் முதல் பிள்ளைகள் செய்கின்ற தவறான குறும்புகளுக்கு கண்களை நேரில் பார்த்து 'இல்லை' என்ற ஒற்றை வார்த்தையில் சொல்லி பழக்கப்படுத்த ஆரம்பிக்கின்றனர். வளர்ந்து வருகின்ற பிள்ளைகளுக்கு இந்த ஒற்றை வார்த்தை, பல்லாயிரம் வார்த்தைகளுக்கான அர்த்தம் கொடுக்கிறது என்கின்றனர். 'இல்லை' என்ற ஒற்றை வார்த்தையில் தவறுகள் மறுக்கப்படுகின்றன.

'அப்படியென்றால் பிள்ளைகள் தவறுகளே இல்லாத சூழலில் வளர்க்கப்பட வேண்டுமா' என கேள்வி எழலாம். நிச்சயமாக இல்லை! அவர்கள் இப்படி வளர்க்கப்பட வேண்டும்:

1. தவறுகளைத் தவறு என்று உணர்கிற சூழலில் வளர்க்கப்பட வேண்டும்.
2. தவறுகளிலிருந்து சரியானதைக் கற்பதற்கு வாய்ப்பு கொடுக்கவேண்டும்.
3. தவறுகள் ஆரம்ப கட்டத்திலேயே உரிய புரிதலுடன் அவர்கள் மனதில் பதிவாக வேண்டும்.
4. தவறுகளுக்கு தண்டனை மற்றும் மன்னிப்பு என்பதெல்லாமே, 'அந்தத் தவறுகளை மாற்றியமைப்பதற்கான ஒரு வழிமுறை' என்பது அவர்கள் மனதில் பதிய வேண்டும்.
5. அவர்கள் தவறு செய்வதைக் கண்டதும் தாறுமாறாக வார்த்தைகளால் வன்மத்தைக் காட்டக்கூடாது. தகுந்த காலசூழலில் அமைதியாக உரையாட வேண்டும்.

6. 'தவறுகள் செய்ததற்காக வெட்கப்பட வேண்டியதில்லை. அவை நாம் நல்லதைக் கற்றுக்கொள்வதற்கான வாய்ப்புகள்' என்ற நம்பிக்கையை ஊட்டுதல் வேண்டும்.

7. தவறுகளிலிருந்து நல்லதை நோக்கி பிள்ளைகள் நகரும்போது, அவர்களை ஆரவாரம் செய்து பாராட்ட வேண்டும். உங்களது அளவு கடந்த மகிழ்ச்சியை குரலில் வெளிப்படுத்த வேண்டும். அது குழந்தைகளின் ஆழ்மனதில் அதிர்வலைகளாக மாறிப் பதிகின்றன. பிறகு எப்போதுமே குறிப்பிட்ட தவறை செய்யவிடாமல் அது தடுத்து விடுகிறது.

8. பிள்ளைகள் செய்த தவறுகளை நீங்கள் மறக்கக் கற்றுக்கொள்ள வேண்டும். மாறாக அவர்களுக்கு அவ்வப்போது நினைவூட்டி அவமானப்படுத்தவோ, பயமுறுத்தவோ கூடாது.

9. சரியானதை மட்டும் கற்றுக்கொடுக்க முயலாதீர்கள். தவறானவற்றை வெளிப்படையாகக் கலந்துரையாடுங்கள். தவறையும் சரியையும் திறம்பட பிரித்து உணர்வதற்கு வாய்ப்பளிக்க வேண்டும்.

10. பிள்ளைகளின் வீட்டுச்சூழல், பள்ளிச்சூழல், நட்பு வட்டாரம் ஆகியவற்றை கவனியுங்கள். அவர்கள் பேசுவதை கவனமாகக் கேளுங்கள். அப்போதுதான் அவர்கள் செய்யும் தவறுகளுக்கான மூல காரணம் யாரென்று புரியும். அது நீங்களாக இருந்தால், நீங்கள் செய்த தவறை அவர்களிடம் வெளிப்படையாகச் சொல்லிவிட்டு, தீர்வையும் செயல்படுத்திக் காட்ட வேண்டும். இதனால் உங்கள் மேல் மதிப்பும் மரியாதையும் நம்பிக்கையும் அதிகமாகும்.

தந்தையின் கன்னத்தில் தட்டும்போது, 'இல்லை... இப்படிச் செய்யக்கூடாது' என்று தந்தை சொன்னால், குழந்தையின் அடுத்த கட்ட நடவடிக்கை தாமதமாகிறது. தொடர்ச்சியாக தந்தை 'இல்லை' என சொல்லும்போது, தட்டுவது நிறுத்தப்படுகிறது.

மாறாக, அடித்தால் வலிக்குமென அறியாத பிள்ளையிடம் அழுவது போன்ற பாவனை செய்வது, அந்தக் குழந்தைக்கு ஒருவித தடுமாற்றத்தைக் கொடுக்கும். இத்தகைய குழப்பங்களோடு வளரும்போது, அந்தக் குழந்தை மற்றவர்களின் உணர்வுகளை சரிவர உள்வாங்க முடியாது.

தவறுகள் செய்து செய்து, சரியானதைக் கற்றுக்கொண்டே மனித இனம் நாகரிகம் அடைந்தது. அதுபோல தவறுகள் செய்யும் பிள்ளை தன்னைத் தானே அறியவும், சரியானதைக் கற்றுக்கொள்ளவும் தொடங்குகிறது. இப்படித்தான் தனக்கும் பிறருக்குமான மன உறவை அது மேன்மை அடையச் செய்கிறது.

●

யார் பேசுவார்?

தெளிவான கண்ணோட்டம் இல்லாத தடுமாற்றம், திசை தெரியாத குழப்பம், இதுதான் இந்திய இளைஞர்களை வாட்டும் மிகப்பெரிய பிரச்னை.

– அப்துல் கலாம்

தனது முகத்தை கண்ணாடியில் பார்த்தாள் வெண்பா. 14 வயதில் இருக்கும் தன் உடலை நோக்கினாள். ஏனோ வகுப்புத்தோழி செய்த கிண்டலே நினைவுக்கு வந்தது. "ஏய் வெண்பா... உன் முகம் மட்டும்தான் அழகு. ஆனால் உடம்பு ஷேப் சகிக்கலை!"

'களுக்'கென மற்ற தோழிகள் சிரித்தனர். அத்துடன், "இவளுக்கு நம்மைப் போல மாடலாக உடை உடுத்தவும் தெரியலை" என்றனர். "எத்தனை கிலோ நீ? குச்சி குச்சியாக கை, கால் இருக்கு" என்றனர். இப்படி அவளை வறுத்தெடுத்தனர்.

தனது உடல் குறித்த குழப்பம் இப்படித்தான் வெண்பா மனதில் பதிவானது. 'அவர்களைப் போல எனக்கு ஏன் தோற்றம் இல்லை' என்ற வருத்தம் எழுந்தது. அம்மாவிடமோ, வேறு யாரிடமுமோ பேசமுடியாது. அசிங்கமாக நினைப்பார்கள். ஆனாலும் பள்ளியில் நன்றாகப் படிக்கும் தன்னை தோழிகள் செய்கின்ற இந்த கேலி நிற்காது.

இப்படியே தனக்குள் திண்டாடியவள், நாளைக்கான பரீட்சையை வெறுத்தாள். 'படித்து என்ன செய்யப்போகிறேன்' என்று தனக்குள் முனகினாள். கூகுளில் விடை தேடினாள். ஒற்றைச் சொல்லுக்கு ஓராயிரம் காணொளி விளக்கம் கொடுத்தது கூகுள். அது மனதில் பாறாங்கல்லைப் பதுக்கி, வெண்பாவின் சிந்தனையைத் தடம் புரள வைத்தது.

அதன்பின் ஒவ்வொரு உடையிலும் தன் உடல் வடிவம் எடுப்பாகத் தெரிகிறதா என்று வெண்பா உற்றுப் பார்க்க ஆரம்பித்தாள். 'தன்னை எத்தனை இளைஞர்கள் கவனிக்கிறார்கள்' என ரகசியமாகக் கண்காணித்தாள். படிப்பு, பழக்கவழக்கம், நடை, உடை, பாவனை யாவற்றிலும் குழப்பவாதியாக மாறினாள் வெண்பா.

இது இன்று ஆண், பெண் வேறுபாடின்றி பல்வேறு வீடுகளில் வளர் இளம் பருவத்தினர் எதிர்கொள்ளும் பிரச்னை. இருந்தாலும் பெற்றோரில் பலர் இதுகுறித்து பிள்ளைகளிடம் பேச விரும்புவதில்லை. ஏனெனில், பாலியல் கல்வி சார்ந்த உரையாடலாக இது இருக்கிறது.

‘குழந்தை பெற்றுக் கொள்வது எப்படி’ என்பதைக் கற்றுத் தருவதல்ல பாலியல் கல்வி. வளர் இளம் பருவக் குழந்தைகளுக்கு எழும் உடல் சார்ந்த சந்தேகங்களை முதலில் தெளிவுபடுத்துவதே அதன் அடிப்படை.

பாதுகாப்பும் அக்கறையும் கருதி பெண் பிள்ளைகளுக்கு சிறப்பான பழக்கவழக்க விதிமுறைகளை நமது கலாசாரத்தில் காலம்காலமாகப் பின்பற்றுகின்றோம். ஆனாலும் பெண்கள் மீதான வன்முறை இங்கு அதிகமாகவே உள்ளது. இதற்கு அடிப்படைக் காரணம், இரு பாலினருக்கும் பாலியல் கல்வி சார்ந்த விழிப்புணர்வு மறுக்கப்பட்டதே!

வீட்டினுள் ஆண், பெண் வேறுபாடற்ற சமத்துவ சிந்தனை பிள்ளைக்குக் கிடைக்கின்ற போது, உடல்ரீதியான வேறுபாடுகள் உற்று நோக்கப்படுவதில்லை. தமக்கு நிகராக தமது எதிர்பாலினத்தையும் மதிக்கக் கற்றுக்கொள்கின்றனர்.

பெற்றோர் தமது பிள்ளைகள் சிறுவயதினராக இருக்கின்றபோதே, சித்திரப் படங்கள் மூலம் உடல் உறுப்புகள் குறித்துப் பேசவேண்டும். உடல் உறுப்புகளின் தொழிற்பாட்டை முக்கியத்துவப்படுத்தல் வேண்டும். குறிப்பிட்ட உறுப்புகளுக்கு அதீத முக்கியத்துவம் கொடுத்து அவற்றை பொக்கிஷங்களாக பிள்ளைகள் மனதில் பதுக்கிவிடக்கூடாது. ‘மறைக்கவேண்டியவை இவை’ என்பது பிள்ளைகளுக்கு சொல்லிக்கொடுக்காமல் இயல்பிலேயே புரிந்துவிடும்.

நமது கலாசாரத்தில் மழலைப் பருவத்தில் இருந்தே, ‘ஆண் குழந்தைகள் அம்மணமாக இருந்தால் தப்பில்லை’ என்ற எண்ணப்போக்கு உள்ளது. இதிலிருந்தே பாலின வேறுபாடுகள் முளைவிடுகின்றன. இதுவே, தமது உடல் குறித்த பயத்தையும், உறுப்புகள் குறித்த தவறான புரிதலையும் பெண் குழந்தைகளுக்கு ஏற்படுத்துகிறது. அவர்களில் சிலர் பெற்றோரிடம் கேட்கும்போது, தெளிவற்ற பதில் மட்டுமே கிடைக்கிறது. ‘நீ பெண் பிள்ளை. இப்படித்தான் இருக்க வேண்டும்’ என்பது மட்டுமே அனேகரின் பதிலாக அமைந்துவிடுகிறது.

தெளிவற்ற விளக்கம் சில பெண் பிள்ளைகளுக்குள் மானமாகவும், இன்னும் சிலருக்குக் கற்பாகவும், வேறு சிலருக்கு அசிங்கமாகவும் மனதுள் படிந்து விடுகிறது. குறிப்பாக தமது ஆண் எதிர்பாலரை வெறுப்பதற்கும், அவர்கள் மீது பயம் கொள்வதற்கும், அவர்களைச் சார்ந்து வாழ்வதற்கும், அவர்களால் மட்டுமே முடியும் என்ற தப்புக்கணக்கு போடுவதற்கும் காரணங்களாகவும் அமைந்துவிடுகிறது.

ஆண் பிள்ளைகளுக்கோ சற்று மாறுபட்ட மனநிலை தோன்றுகிறது. ‘பெண் பிள்ளைகளின் உறுப்புகள் காட்சிப்பொருள். நமக்கு பயந்து அவர்கள் மறைக்கின்றனர். அவர்கள் நமக்குக் கீழ்ப்பட்டவர்கள். நமக்கு நிகரான

சுதந்திரம் வழங்கப்பட வேண்டியவர்கள் அல்ல' என்று எண்ணுகின்றனர். பாலியல் கல்வி குறித்த தெளிவற்ற மனநிலையில் இவர்கள் வளர்கிறார்கள். இதனால் சமூகத்தில் பாலினப் பிரச்னைகள் தோன்றுவதற்கு இவர்களே மூலமாக மாறிவிடுகின்றனர்.

பல ஐரோப்பிய நாடுகளில் ஆண், பெண் என்ற வேறுபாட்டுக்கு முன்பு, 'நாம் மனிதர்கள்' என்ற அடையாளமே பிள்ளைகளுக்குள் பதிவு செய்யப்படுகிறது. 'இருவருக்கும் உடல் மற்றும் உணர்வுரீதியாக சம உரிமை வழங்கப்படவேண்டும்' என்று அவர்கள் எண்ணுகின்றனர். வீட்டில் வேறுபாடற்ற வளர்ப்பு முறை உள்ளது. பள்ளிகளில் பாரபட்சமற்ற வாய்ப்புகள் கொடுக்கப்படுகின்றன.

பள்ளிகளில் 12 வயதிலிருந்தே தனித்தனியாக பாலியல் கல்வி குறித்த விளக்கம் கொடுக்கப்படுகிறது. இங்கு இருபாலருக்கும் உடல் உறுப்புகள் குறித்த தெளிவு மற்றும் எதிர்பாலினர் குறித்த விளக்கங்களும் தரப்படுகின்றன. 'தமக்கான பாதுகாப்பு என்பது எதைக் குறித்தது' என்ற விளக்கங்களும் விரிவாக சொல்லிக் கொடுக்கப்படுகின்றன.

இந்தப் பாலியல் கல்வி வகுப்புக்குப் பிறகு, பெற்றோருடன் இணைந்து விடையளிக்க வேண்டிய வினாக்கோப்பு ஒன்றும் வீட்டிற்கு கொடுத்து விடப்படுகிறது. இதன்மூலம் மறைமுகமாக பெற்றோருக்கும் பாலியல் கல்வியின் முக்கியத்துவம் வலியுறுத்தப்படுகிறது.

கால மாற்றங்களுக்கு ஏற்றபடி கலாசாரத்தைக் கடந்து பலவற்றை மாற்றிவிட்டோம். இருப்பினும் நமது பிள்ளைகளின் உளநலம் கருதி, பாலியல் கல்வி குறித்து பேசுவதற்குத் தயங்கி வருகின்றோம்.

வளரும் இளம் பருவத்தினரை தோளுக்கு மிஞ்சிய தோழனாகவோ, தோழியாகவோ ஏற்றுக்கொண்டு, சம உரிமை கொடுங்கள். பாலின வேறுபாடு சிக்கல்கள் குறித்து அக்கறையுடன் பேசுங்கள். பெற்றோர்களை தோழர்களாக உணரும் வளர் இளம் பருவத்தினர், சமூகத்திலும் வக்கிரமும் குதர்க்கமும் கடந்த மனநிலையுடன் வலம் வருவார்கள். தன்னைச் சார்ந்த யாவரிடமும் தோழமையை முதலில் முன்னெடுத்துச் செல்லப் பழகுவார்கள்.

●

ஆலோசகர்கள் மட்டுமே!

திறமை உப்பைவிட மலிவானது. ஆனால் திறமையானவர்களிடமிருந்து வெற்றியாளர்களைப் பிரிப்பது கடினமான உழைப்பு மட்டுமே!

இரவு உணவுக்குப் பின் வீட்டின் உணவு மேஜை சலசலப்பாக இருந்தது. 'மகன் மாறனை எத்துறையில் கல்வி கற்க அனுமதிப்பது' என்று விவாதம். 18 வயது நிரம்பிய மாறன், தனக்கு ஆசிரியர் துறையில் ஆர்வம் உண்டென ஆரம்பித்தான். குறுக்கிட்ட தாயோ, "போயும் போயும் ஓர் ஆசியராக வருவதற்கா இவ்வளவு பணத்தைக் கொடுத்து படிக்க வைத்தோம்" என்றாள். "சின்ன வயதில் உனக்கு டாக்டர் ஆகவேண்டுமென்ற ஆசை இருந்தது. அதற்கான திறமை உனக்கு இருக்கிறது"

என்றாள். தந்தையும், "அதுதான் எதிர்காலத்தில் மதிப்பும் மரியாதையும் வருமானமும் தருகின்ற தொழில்" என்று ஒத்துப் பாடினார்.

மாறனோ, "எனக்கு மருத்துவத் துறையில் ஆர்வமோ ஆசையோ இல்லை" என்று வாதிட்டான். "இல்லையென்றால் என்ன படிக்க விருப்புகிறாய்?" என்றார் தந்தை.

இப்போது மாறனுக்குள் குழப்பம். 'தனக்கு எந்தத் துறையில் திறமை இருக்கிறது' என தன்னைத் தானே ஆய்வு செய்யத் தொடங்கினான். குடும்பத்தினர், நண்பர்கள் என்று சுற்றியுள்ள பலரும் வெவ்வேறு கருத்துகளை தனது திறமை மேல் பதிவுசெய்துள்ளதை உணர்ந்தான். 'அப்படியென்றால் உண்மையில் என் திறமை என்ன?'

இன்று வளரிளம் பருவத்தினர் பலரின் கேள்வியாக இது உள்ளது. திறமை மட்டுமே ஒரு துறையில் படித்து முன்னேறுவதற்குக் காரணமாக அமைந்து விடுவதில்லை. திறமை என்பது ஒருவரின் ஆற்றலுக்கான கருவி மட்டுமே! ஒவ்வொருவருக்குள்ளும் பல்வேறுபட்ட ஆற்றல்கள் புதையுண்டு இருக்கலாம். அவற்றில் சில ஆற்றல்களை மட்டுமே நமது அறிவு, புரிதல், கற்றல், அணுகுமுறை போன்ற காரணிகள் கிளறிவிடுகின்றன. ஒருவரின் அடையாளமாக குறிப்பிட்ட அந்த ஆற்றல் அந்த நபரின் மேல் தாக்கம் செலுத்தத் தொடங்கிவிடுகிறது. இதை இயல்திறன் அல்லது திறமையென்று நாம் மதிப்பீடு செய்கிறோம்.

திறமை உள்ளவர்கள் எல்லோருமே வாழ்வில் சாதித்தது இல்லை; ஜெயித்ததும் இல்லை. தேடல், முயற்சி, கடின உழைப்பு போன்ற பலவும் ஒருங்கிணையும்போதே வெற்றி பெறலாம். பிள்ளைகள் வளரும்போது பெற்றோர்களே அவர்களின் ஆற்றலைத் தேடுகின்றனர்; அல்லது திணிக்கின்றனர். தன் ஆற்றலை ஒரு பிள்ளை வெளிப்படுத்துகையில் அதனைக் கொண்டாடும் பெற்றோர்கள் குறைவு. ஆற்றலைக்கூட முதல் தரம், இரண்டாம் தரம், மூன்றாம் தரமென்று தரம் பிரித்தே மதிப்பீடு செய்கின்றனர்.

முதல் தர ஆற்றலென்று எதைப் பெற்றோர் கருதுகின்றனரோ, அந்தத் துறையில் திறமைசாலிகளான வேறு பிள்ளைகளுடன் தம் பிள்ளைகளை ஒப்பீடு செய்து மாற்றியமைக்கவும் முனைகின்றனர். குறிப்பிட்ட சில துறைகளில் உயர்கல்வி கற்பதே திறமையின் அடையாளம் என்ற தவறான எண்ணம் பெற்றோருக்கு எழுகிறது. பெற்றோரின் விருப்பு வெறுப்புகள் குறுக்கிடுவதால், தம்மை அடையாளம் காணமுடியாத குழப்பமான மனநிலையில் பிள்ளைகள் இருக்கின்றனர்.

பெற்றோர்களின் ஆசைகள் ஜெயிக்கிறபோது, அனேக பிள்ளைகளின் திறமைகள் முடக்கப்படுகின்றன. வேலையில்லா பட்டதாரிகளும், விரக்தியான இளம் தலைமுறையும் நமது சமூகத்தில் பெருகி வருவதற்கு இது முக்கியமான காரணம்.

வளர்ந்த நாடுகளில், பிள்ளைகள் தங்கள் ஆற்றலைத் தேர்வு செய்வதற்கு பள்ளிச்சூழல் வாய்ப்பளிக்கிறது. பெற்றோர்களின் தலையீடு இல்லாமல், பிள்ளைகள் தம் ஆற்றல் குறித்து மதிப்பீடு செய்து தமக்கான துறையில் தடம் பதிக்க முயல்கின்றனர். அதற்கு அவர்களுக்குத் தேவை சுதந்திரமான வகுப்பறை மட்டுமல்ல. ‘பல்வேறு ஆற்றல்களும் மனித சமூகத்தின் வளர்ச்சிக்கு அவசியம்’ என்ற தெளிவும், ‘எதுவும் ஒன்றுக்கொன்று தகுதி அடிப்படையில் குறைந்தது அல்ல’ என்ற உயர் எண்ணமும் தேவை.

இந்தக் காலகட்டத்தில் பிள்ளைகளுக்கு பெற்றோர் வழிகாட்ட வேண்டும். ‘என்ன சிந்திக்கவேண்டும்’ என்று சொல்லிக்கொடுக்காமல், ‘எப்படி சிந்திக்கவேண்டும்’ என்று சொல்லிக் கொடுக்கவேண்டியது அவசியமாகிறது.

‘ஆசையும் ஆர்வமும் மட்டுமே ஒரு துறையில் திறமையைத் தந்துவிடுவதில்லை’ என்பதை பிள்ளைகளுக்கு புரியவைக்க வேண்டும். மேலும், ‘சிறப்பான

திறமை தமக்கு இருப்பதைக் கண்டுகொண்டு, அந்தத் துறையை நோக்கி பயணித்தவர்கள் எல்லோருமே வெற்றியாளர்களாக மாறிவிடவில்லை' என்பதையும் அவர்களுக்கு உணர்த்த வேண்டும். திறமை நாளும் பொழுதும் பட்டை தீட்டப்பட வேண்டும். 'இடையில் சிக்கல்கள் வருகின்றபோது நாம் தேர்வு செய்கின்ற தீர்வு கூட வெற்றியைப் பெற்றுக்கொடுக்கும்' என்று புரியவைக்க வேண்டும்.

'தொடர் பயிற்சியும், துணிவும், குழப்பமற்ற தெளிவும், குறிப்பிட்ட துறையில் திறமையாளனாக வெற்றிபெறுவதற்கு துணைசெய்யும்' என்று அறிவுறுத்த வேண்டும். 'நம் பிள்ளைகளின் நலனில் நம்மை விட அதிக அக்கறை யாருக்கு இருக்கிறது' என்ற மனநிலையில் பெற்றோர்களே ஆற்றலுக்கான கருவியாக ஆளுமை செலுத்துவது தவறாகும்.

வளர் இளம் பருவத்தினருக்கு வாய்ப்பளியுங்கள். கலந்துரையாடுங்கள். அவர்கள் தேர்வு செய்யும் துறையில் என்னென்ன தொடர் வாய்ப்புகள் உள்ளன' என்று எண்ணிப் பார்க்கத் தவறாதீர்கள். இருப்பினும், உங்களது பிள்ளையின் தனித்திறமையை மனதில் கொண்டு செயலாற்றுங்கள். இப்படிச் செய்யும்போது, உயர்கல்வி குறித்த தடுமாற்றம் பிள்ளைகளுக்குள் எழுவதற்கு வாய்ப்புகள் இருக்காது. அவர்கள் தொழில் வாய்ப்புகளிலும் வேலைவாய்ப்புகளிலும் திறமையாளர்களாக சமூகத்தில் தடம் பதிப்பார்கள்.

●

இழிவல்ல என உணர்த்துங்கள்!

வழியில் கண்டெடுத்த ஐந்து ரூபாயைவிட, உழைப்பினால் பெற்ற ஒரு ரூபாயின் மதிப்பு அதிகம்.

– ஆபிரகாம் லிங்கன்

சிந்துவுக்கு 17 வயது. ஜெர்மன் நாட்டில் தமிழ்ப் பெற்றோருக்குப் பிறந்தவள். பள்ளியில் உயர்தரப் பிரிவில் படித்துக்கொண்டிருக்கின்றாள். இன்று ஞாயிற்றுக்கிழமை என்பதால், இதமாக ஒலித்த ஆங்கிலப் பாடலைக் கேட்டபடி காலை எட்டு மணியைக் கடந்து தூங்கிக் கொண்டிருந்தாள்.

சிந்துவின் அம்மா ஒரு பள்ளியில் தொழில் புரிபவர். விடுமுறை நாட்களிலும் வீட்டில் இரட்டிப்பு வேலை அவருக்காகக் காத்திருக்கும். இருந்தாலும், இரு மகள்களின் நான்கு கைகளும் அவரது வீட்டு வேலைகளை இப்போதெல்லாம் குறைத்துக்கொண்டே வருகின்றன. தான் வாழ்கின்ற நாட்டில் இருப்பவர்கள் போல இவரும் சிறுவயது முதல் பிள்ளைகளை வீட்டு வேலைகளில் பங்கெடுக்கப் பழக்கியதன் விளைவே இது. தமிழ்க் கலாசாரத்தில் ஊறியிருந்த தாய் மனம், 'பிள்ளைகளை வேலை வாங்குவதா' என்றே ஆரம்பத்தில் தப்பாக யோசித்தது. ஆனால், அதன் நன்மைகளை பட்டறிவால் உணர்ந்தபின், அவரவர் வேலைகளை சிறுகச் சிறுகப் பகிர்ந்து கொடுக்கத் தொடங்கினார். இப்போது பிள்ளைகள் ஞாயிறுதோறும் கழிவறையைச் சுத்தம் செய்வது,

உடைகளைக் காயவைப்பது, சமையலறையில் உதவி செய்வது, தமது அறையைச் சுத்தம் செய்வது என வேலைகளைப் பகிர்ந்துகொள்கின்றனர்.

வளர்முக நாடுகளில் வசதியான குடும்பம் ஒன்றில் நடக்கும் நிகழ்வொன்றே இங்கே எழுதப்பட்டுள்ளது. இந்த நிகழ்வில், 'எத்தொழிலும் இழிவல்ல' என்ற மனநிலையை தமது குடும்பத்திலிருந்து பிள்ளைகள் கற்றுக்கொள்ள வாய்ப்பு கிடைத்துள்ளது. அடுத்த கட்டமாக தொழில் குறித்த தேடல் மற்றும் தெளிவு கிடைப்பதற்கும் வீட்டுச்சூழல் வாய்ப்பை ஏற்படுத்திவிடுகிறது எனலாம். இதை சமூகம் சார்ந்த கல்வி என்று சொல்லலாம்.

ஒரு குழந்தை பிறந்து வளர்கின்றபோது, அவர்களின் முன்மாதிரிகளாகவும் ஹீரோக்களாகவும் பெற்றோர் இருக்க வேண்டும். அதற்கு பெற்றோருக்குத் தேவை, 'சமூகத்தோடு சமநிலையில் வாழவேண்டும்' என்ற மனநிலை. 'எத்தனை வசதி இருப்பினும், நமது வேலைகளை நாமே செய்வதில் சிறப்பும் திருப்தியும் இருக்கும்' என்று முன்மாதிரிகளாக வாழ்ந்து காட்டுவதே அழகு. இந்த மனநிலை பெற்றோர்களுக்கு இல்லாமல் போனால், பிள்ளைகளுக்கு சமூகம் சார்ந்த கல்வி கிடைப்பதில்லை.

ஆரம்ப காலங்களில் வீட்டில் கற்றுக்கொள்ள வாய்ப்பற்ற சமூகம் சார்ந்த கல்வியை, பிள்ளைகள் பாடத்தில் கற்றுக்கொண்டார்கள். இன்றைய கல்விமுறையில் அதற்கான வாய்ப்புக்கள் மறுக்கப்பட்டுள்ளன. இருப்பினும் பிள்ளைகளுக்காக பெற்றோர் அக்கறைப்படுதலும் அன்பு செலுத்துவதும் மாறவேயில்லை.

'பிள்ளைகள் ஏட்டுக்கல்வியைக் கற்றுக்கொள்வது மட்டுமல்ல அறிவு' என்ற தெளிவு பெற்றோருக்கு வேண்டும். சக மனிதர்களை மதித்து, ஏற்றத்தாழ்வற்ற சிந்தனையில் வாழவேண்டுமென்ற கல்வி பிள்ளைகளுக்கு அவசியம். அதற்கு அவர்கள் சிறுவயது முதல் கற்க வேண்டியது எதுவெனில், 'எந்தத் தொழிலும் இழிவானதல்ல' என்ற சிந்தனையே! தங்கள் தினசரிக் கடமைகளை தாமே செய்கின்றபோது அந்த சிந்தனை வரும். மேற்கத்திய பெற்றோர்கள் போலவே, நம் பெற்றோர்களுக்கும் இந்தத் தெளிவு அவசியம்.

வளரும் தலைமுறையினர் பலரும், தமது சுத்தம் மற்றும் தம்மைச் சார்ந்த சூழலின் சுத்தம் பற்றி உணர்வதில்லை. 'சுத்தம் செய்பவர்கள் எல்லோரும் சுத்தமற்ற மனிதர்கள்' என நினைப்பதால், வார்த்தைகளில் கூட அவர்களிடம் சுத்தம் காட்டுவதில்லை. கழிப்பறையை ஒரு நான்கு வயது குழந்தை பயன்படுத்தும்போது, அம்மாவோ அல்லது பணிப்பெண்ணோ அதை சுத்தம் செய்யாமல், அம்மாவின் உதவியுடன் குழந்தை அதனை சுத்தம் செய்யப் பழக வேண்டும். அந்த நொடியில் பிள்ளை கற்றுக்கொள்கின்ற விஷயங்கள் எண்ணற்றவை.

'சிறுபிள்ளை சுத்தம் செய்வதா' என்பதல்ல இங்கு கேள்வி. 'நமது அழுக்கை நாமே சுத்தம் செய்ய வேண்டும்' என்ற தெளிவும், 'அசுத்தப்படுத்தாமல் அடுத்தமுறை கவனமாகக் கையாளவேண்டும்' என்ற எண்ணமும் பிள்ளைக்குள்

பதிவாக வாய்ப்புள்ளது. அத்துடன், 'இந்த வேலை எந்த அளவு கடினமானது' என்பதைக் கற்றுக்கொள்ளவும் வாய்ப்பு கிடைக்கிறது.

சிறுவயது முதல் இப்படி தமது வேலைகளைத் தாமே செய்யக் கற்றுக்கொள்ளத் தொடங்கும்போது, பல வேலைகளின் நுணுக்கங்களைக் கூட கற்றுக்கொள்ளலாம். வளர்கின்றபோது தமக்குக் கீழே தொழில் செய்கின்ற ஊழியர்களை இழிவாகப் பார்க்காமல், 'அது ஒரு வேலை மட்டுமே' என்ற தெளிவுக்கு வந்து அவர்களை மதிக்கவும் கற்றுக்கொள்கின்றனர்.

நமது நாடுகளில் தற்போது வீட்டுக்கொரு வேலையாள் இருப்பது பெருமையாகக் கருதப்படுகிறது. தம்மைவிட வயதில் மூத்த வேலையாட்களிடம் கூட குழந்தைகள் நட்பு பாராட்டுவதில்லை. 'அழுக்கானவற்றை சுத்தம் செய்பவர்கள் அழுக்கானவர்கள்' என பிள்ளைகள் மனதில் பதிவாகிவிடுகிறது. வளர்ச்சியடைந்த நாடுகளில் வேலையாட்கள் இருந்தால், 'உங்களுக்கு உடலுக்கு முடியவில்லையா?' என்றே முதல் கேள்வி கேட்கின்றனர். ஏனெனில், குடும்ப உறுப்பினர்களால் வேலைகளைப் பகிர்ந்து கொள்ள முடியாதபட்சத்தில் மட்டுமே அங்கு ஒரு வேலையாள் தேவைப்படுகிறார். சுவிட்சர்லாந்து போன்ற வளர்முக நாடுகளின் பள்ளிகளில், பாலின பேதமற்ற முறையில் சமையல் முதற்கொண்டு தையல், தச்சு வேலை, தோட்ட வேலை, வீட்டு வேலை என சகலமும் சொல்லிக் கொடுக்கப்படுகின்றன. இந்த சமூகம் சார்ந்த கல்வி, பகுத்தறிவோடு சிந்தித்து பண்பட்ட மனிதனாக வாழ அவர்களுக்குக் கற்றுக்கொடுக்கும். அதனால், தொழிலை வைத்து ஒதுக்கும் வன்மம் இருப்பதற்கான வாய்ப்பு குறைவே!

ஒவ்வொரு தொழிலும் சமூகத்துக்கு சங்கிலிப் பிணைப்பு போல. அடித்தளமற்ற கோபுரம் இல்லை. எனவே கண்ணுக்குத் தெரியும் கோபுரத்தை கைகூப்பிக் கொண்டாட, அடித்தளம் குறித்த அறிவும் தெளிவும் அவசியமாகிறது.

நமது நாடுகளில் பிரதமர் தான் சிந்திய காபியை சுத்தம் செய்தால் அது செய்தி. மேலை நாடுகளில் சுத்தம் செய்யாமல் போனால்தான் செய்தி. நமது பிள்ளைகளுக்கு சிறுவயது முதல் வேலைகளைப் பகிர்ந்து பழக்கப்படுத்தி 'இது இழிவல்ல' என்று புரியவைப்போம்.

●

ஒப்பீடு செய்தல் சரியா?

இங்கு உயர்ந்தோர், தாழ்ந்தோர் யாருமில்லை. அனைவரும் சமமும் இல்லை. ஒவ்வொருவரும் தனித்தன்மையுடைய ஒப்பீடற்றவர்கள். நீங்கள் நீங்கள்தான்; நான் நான்தான்.

– ஓஷோ

“நலமா மாலதி?” என்றாள் கீர்த்திகா. இருவரும் பள்ளிக்காலத் தோழிகள். இப்போது இருவரும் பதினெட்டு வயது பதின்ம மகன்களுக்குத் தாய்மார்கள். சிறுநேர தொலைபேசி உரையாடல். அது முற்றுப் பெறவும், வீட்டில் இடிமுழங்கவும் சரியாக இருந்தது.

“இந்த வீட்டில் மரம் போல வளர்ந்தது மட்டும்தான் மிச்சம். கீர்த்திகாவின் மகன் ஆகாஷ் படிப்பு, விளையாட்டு என்று எல்லாவற்றிலும் முதலிடம். இப்போது ஏதோ ஸ்காலர்ஷிப் கிடைத்து அமெரிக்கா போகப் போறானாம். நீ என்னவென்றால், என்ன

செய்யவேண்டுமென்று முடிவே இல்லாமல் எங்களுக்காகப் படிக்கிறாய். என் தலைவிதி" என தாண்டவம் ஆடினாள் காவியனின் தாய் மாலதி.

உளவியலில் ஒரு வாக்கியம் சொல்வார்கள், 'Individual Differences' என்று! 'ஒருவரைப் போல மற்றொருவர் இல்லை' என்பதுதான் இதன் அர்த்தம். வெளித்தோற்றத்தில் மட்டுமல்ல, கல்வி முதற்கொண்டு கட்டைவிரல் வரை பொருந்தக்கூடியதே இந்தக் கூற்று. தமிழில்கூட அழகாகச் சொல்வார்கள், 'ஐந்து விரல்களும் ஒரே மாதிரியாக இருக்குமா' என்று. எல்லாம் தெளிவாகத் தெரியும். ஆனாலும் நமக்கு என்று வரும்போது, நம்மை அறியாமல் இந்த வன்முறையைச் செய்து விடுகிறோம்.

குறிப்பாக, தமது பிள்ளைகள் தமக்கானவர்கள் என்ற நோக்கில் அவர்களது நன்மைக்காகவும் எதிர்காலத்துக்காகவும் செய்வதாக நினைத்து இந்த தவறைச் செய்கிறார்கள். பெற்றோர்கள் தமது பிள்ளைகளை தோற்றத்தால், அறிவால், குணத்தால், மன அமைப்பால் ஒப்பீடு செய்கிறபோது, அவர்கள் மனதில் காயங்களும் வடுக்களுமே அதிகரிக்கின்றன. அவை, நாளடைவில் உளவியல்

ரீதியான அழுத்தங்களாக மாறி ஆட்டிப் படைக்கின்றன. அவர்களது ஆதங்கம் கோபமாக, கூச்சலாக, அழுகையாக வெளிப்படும்போது, அந்த உணர்வைப் புரிந்துகொள்ளாமல் பெற்றோர்கள் மேலும் வார்த்தைகளால் காயப்படுத்துகிறார்கள். தனிமையை விரும்புவது, பேச்சைக் குறைப்பது, தூக்கமின்மை என்று ஆரம்பிக்கும் அறிகுறிகள், நாளாக நாளாக தன்னைத் தானே வெறுக்கவும், தன் நலனுக்காக செயல்படுவர்களை பழிவாங்கவும் வைக்கிறது.

ஒப்பீடு என்பதை 'முன்னேற்றத்துக்கான தூண்டுதல்' என சில ஆசிரியர்களும், தன்முனைப்பு பேச்சாளர்களில் பலரும் சொல்கின்றனர். முற்றிலும் தவறான கருத்து இது. ஒவ்வொருவருக்கும் என்று அற்புதமான தனித்திறமைகள் உண்டு. அதைத் தேடுவதற்கு உந்துசக்தி கொடுக்கவேண்டுமே தவிர, மற்றவரின் தனித்திறமை போல வரவேண்டுமென எதிர்பார்த்து ஒப்பீடு செய்தல் ஒருவகை வன்முறையே!

ஒப்பீடு என்பது எல்லையற்ற எதிர்பார்ப்பின் வெளிப்பாடாகவும் இருக்கிறது. 'எனது பிள்ளையின் திறன் இவ்வளவே' என்ற தெளிவு பெற்றோர்களுக்குள் இருந்தாலும், அதை ஏற்றுக்கொள்ளும் மனப்பக்குவம் பலருக்கு இருப்பதில்லை. தனிநபர் வேறுபாட்டை நாம் மதிக்கத் தவறுகிறோம்; அல்லது மறுக்கின்றோம் என்பதே காரணம்.

'உன் எதிர்கால நன்மைக்குத்தான்' என சொல்லிக்கொண்டே பிள்ளைகளின் விருப்பு வெறுப்புகளை உள்வாங்காது, அவர்களது கனவுகளை கைகோர்த்து ரசிக்காது, எடுத்த எடுப்பிலேயே 'இதெல்லாம் உருப்படாது' என்று வசைபாடி 'அவனைப் பார், இவளைப் பார்' என்று ஆய்வுரை செய்கின்றனர். இதனால் சகோதரர்களுக்குள் முரண்பாடு, நட்புகளுக்குள் பிளவு என உறவுச்சிக்கல் ஏற்படுகிறது. அதுமட்டுமன்றி பழிவாங்குதல், மன உளைச்சலை மறக்க தீய பழக்கங்களுக்கு அடிமையாவது, தீய நட்பு என்று திசைமாறுகிறது பிள்ளைகள் வாழ்க்கை.

பெற்றோர் செய்வது இந்தத் தவறு என்றால், சில இடங்களில் பிள்ளைகளும் இப்படிச் செய்கிறார்கள். இளம் தலைமுறையினர் சிலர் தம்மைப் பிறருடன் ஒப்பிட்டுப் பார்த்து மனசுக்குள் புலம்புவார்கள். இவர்களை எளிதில் அடையாளம் காணமுடியாது. பொறாமை, போட்டி, புறம்பேசுதல் போன்ற எதிர்மறை எண்ணங்களை வளர்த்துக்கொண்டே வருகின்ற இவர்கள், காலப்போக்கில் தாழ்வு மனப்பான்மை நிறைந்தவர்களாக மாறி ஒடுங்கிவிடுகின்றனர்.

உலகில் சாதித்த எண்ணற்றவர்கள் தம்மைத்தாமே செதுக்கியவர்களே! 'தனக்கு என்ன வேண்டும், தன்னால் என்ன முடியும்' என்று தேடியபோது தெளிவடைந்து திறன் வளர்த்தவர்களே அவர்கள்.

'உங்கள் மூலமாக வந்ததால் மட்டும் உங்கள் குழந்தைகள் உங்களது சொத்துக்கள் என்று உரிமை கொண்டாட முடியாது' என்றார் கலீல் ஜிப்ரான். இந்த வாக்கியத்தை மனதில் ஆழப் பதிப்போம். தனிமனித திறன்களைத்

தேடிக் கொண்டாடுவோம். அதுமட்டுமல்ல, தட்டிக்கொடுத்து ஓடத் தூண்டி, வெற்றியில் கைகுலுக்கி மகிழ்வோம்.

ஏனென்றால், 'நான் வேறு; நீ வேறு. அது உன் கருத்து; இது என் கருத்து. அது உன் திறமை; இது என் திறமை' என்ற தெளிவு இருந்தால் மட்டுமே எதுவும் சாத்தியமாகும். தெளிவான பெற்றோராக மாறி, தனிமனித வேறுபாட்டை உள்வாங்கி, உங்கள் பிள்ளைகளை ஊக்கப்படுத்துங்கள். சாதனை பல வடிவம் பெறும்.

●

பணத்தைக் கையாளப் பழக்குங்கள்!

படித்து அறிபவனைவிட அனுபவித்து உணர்பவனே அறிஞன்.

– இங்கர்சால்

"அம்மா! என் நண்பனுக்குப் பிறந்தநாள். பர்த்டே பார்ட்டி வைக்கவேண்டும். கொஞ்சம் பணம் வேண்டும்" என்றான் கமலன். "எவ்வளவு?" என்றாள் அம்மா. "ஆயிரம் ரூபாய்" என்றான் கமலன். எந்தவித மேலதிகக் கேள்வியும் இன்றி பணத்தைக் கொடுத்தாள் அம்மா. இது ஒரு வீட்டின் நிகழ்வு.

"அம்மா! எல்லோருக்கும் வீட்டில் பாக்கெட் மணி கொடுக்கிறாங்க. வாரத்துக்கு 200 ரூபாய். எனக்கு மட்டும் ஒரு ஐம்பது ரூபாய்

தருவதற்கு ஆயிரம் கேள்வி கேட்கிறாய்” என முணுமுணுத்தான் அமீர். இது மற்றொரு வீட்டின் நிகழ்வு.

இன்றைய தலைமுறை இளைஞர்கள் மற்றும் யுவதிகளுக்கு ‘பாக்கெட் மணி’ என்பது ஒரு சாதாரண விஷயமாக மாறிவிட்டது. ஆடம்பரத்தின் அடையாளமாகவும் விளங்குகின்றது. பாக்கெட் மணி, கைத்தொலைபேசி, மடிக்கணினி, இருசக்கர வாகனம் இவையே அந்தஸ்தின் அடையாளமாக இன்றைய தலைமுறையினரில் பலர் கருதுகின்றனர்.

உண்மையில் பாக்கெட் மணி கலாசாரம் என்பது மேற்கத்திய வாழ்க்கைமுறையில் அறிமுகமான ஒன்று. இன்று உலகிலுள்ள அனேக இளம்தலைமுறையின் கல்விச் சூழலில் ஒரு பகுதியாகவும் பாக்கெட் மணி இடம்பிடித்துவிட்டது.

பாக்கெட் மணி என்பதன் விளக்கத்தை சற்று எழுதவேண்டியுள்ளது. மேற்கத்திய வாழ்க்கைமுறை மற்றும் கல்விக்கொள்கை முற்றாக

நமது சூழலிருந்து மாறுபட்டது. அந்த நாடுகளில் உள்ள பிள்ளைகள், இளம் வயதில் தமக்கான பாக்கெட் மணியை பெற்றோரிடம் இருந்து பெற்று செலவுசெய்வார்கள். பெற்றோர்கள் அதனைக் கட்டாயமான நடைமுறையாகவும் வைத்திருக்கின்றார்கள். இதற்குப் பல காரணங்கள் பின்புலமாக உண்டு.

1. மேற்குலக நாடுகளில் பிறந்து வளர்கின்ற பிள்ளைகள், சுமார் 16 வயதிலிருந்து தனித்துவமாக இயங்கவேண்டிய கட்டாயத்தில் இருக்கின்றனர். அனேக பிள்ளைகள் அந்த வயதிலிருந்து தொழிற்கல்வி கற்கத் தொடங்குகின்றனர்.

2. தொழிற்கல்வியை 21 வயதுக்குள் கற்று முடித்த இளம் தலைமுறையினர், வேலை தேடவும் தொடங்குகின்றனர்.

3. தமக்கான தொழிற்கல்வித் தகுதிக்கு ஏற்ப வேலைக்குச் சென்று சம்பாதிக்கவும் தொடங்குகின்றனர்.

4. ஏனைய இளம்தலைமுறையினர், உயர்கல்வி கற்றுக்கொண்டே தமக்கான பாக்கெட் மணியை பகுதிநேர வேலைசெய்து சம்பாதிக்கின்றனர். செலவு செய்கின்றனர்.

5. சிறுவயது முதல் இவர்களுக்கு பெற்றோர்கள் சிறுகச் சிறுக பணத்தை ‘பாக்கெட் மணி’ என்ற பெயரில் கொடுத்து, பணத்திற்கும் இவர்களுக்குமான பயன்பாட்டு முறையைப் பழக்குகின்றனர்.

6. குறிப்பாக பணத்தைக் கையில் கொடுத்து எப்படி செலவு செய்யவேண்டும்? எப்படி சிக்கனமாக செலவு செய்யவேண்டும்? எந்த தேவைகளுக்கு முக்கியத்துவம் கொடுக்க வேண்டும்? ஒரு குறிப்பிட்ட காலத்துக்கு கொடுக்கப்படும் பணம் விரைவாக செலவழிந்தால், அடுத்த தவணை வரையில் காத்திருக்க வேண்டிய கட்டாய நிலையை எப்படி சமாளிப்பது? என்பவற்றை ஓரளவு பழக்குகின்றனர்.

7. அதுமட்டுமன்றி ஆசைகளை அடக்குதல், தேவைகளைச் சுருக்குதல், பணத்தின் மதிப்பை உணர்தல் கூட புரியவைக்கப்படுகிறது.

8. ‘இது தனக்கானது’ என்று உணரும் நாகரிகமும், ‘பிறருக்கானதைத் தொடக்கூடாது’ என்ற பக்குவமும் இதன்மூலம் உருவாகிறது.

9. பிள்ளைகள் தங்கள் 18 வயதில் தமக்கான செலவை ஓரளவு சுயசம்பாத்தியத்தில் ஈடுசெய்யவேண்டுமென்றும் பெற்றோர்கள் விரும்புகின்றனர்.

இப்படி எண்ணற்ற தன்மைகளை வளர்த்தெடுப்பதற்காகவே பாக்கெட் மணி கொடுத்துப் பழக்குகிறார்கள். நமது நாடுகளில் இத்தகைய தன்மைகளில் ஏதேனும் சிலவற்றை உள்வாங்கிக்கொண்டு, அதன்பின் பிள்ளைகளுக்குப் பெற்றோர்கள் பாக்கெட் மணி கொடுப்பார்கள் என்றால், அது சிறப்பே!

ஆனால், பெரும்பாலான பெற்றோர்கள் கேள்வியின்றியே பணத்தை எக்கச்சக்கமாகக் கொடுப்பதால் பணத்தை குறித்த மதிப்பீடு தவறாக உள்வாங்கப்படுகிறது. தவறான வழிகளில் செலவு செய்யவும் தூண்டப்படுகிறது. நாளடைவில் 'பணத்தைக் கையாள்வது எப்படி' என்று அறியாது அவர்கள் வளர்ந்துவருகின்றனர். காலப்போக்கில் வரவுக்கு மீறி செலவு செய்பவர்களாகவும், ஆடம்பரப்பிரியர்களாகவும், பணத்துக்காக எதையும் செய்யத் துணிந்தவர்களாகவும் மாறிவிடுகின்றனர்.

வளர்ந்து வருகின்ற பிள்ளைகளின் பணத்தேவை எதற்கானது என்ற கேள்வியை பெற்றோர்கள் தெளிவாக உணர வேண்டும். பிள்ளைகளிடம் பழைமையும் பெருமையும் பேசாது, உங்களது உண்மையான வருமான நிலையைப் புரியவைக்கவேண்டும். 'விரலுக்குத் தக்கதே வீக்கம்' என்ற பழமொழிக்கு ஏற்றபடி, 'என்னால் இவ்வளவே முடியும்' என்று உண்மைத்தன்மையைக் கூறி செலவுக்கான பணத்தைக் கொடுக்கலாம். ஆனால், அவர்கள் பணத்தை எந்த வழியில் செலவு செய்கிறார்கள் என்பதைக் கண்காணித்தல் அவசியமாகிறது. இதன் பெயர் 'வேவு பார்ப்பது' அல்ல; அனுபவ அறிவு இல்லாத பிள்ளைகளின் பாதுகாப்பைக் கருத்தில் கொண்டு கண்காணித்தல் மட்டுமே!

சில பெற்றோர்கள் தங்கள் பிள்ளைகளுக்கு பாக்கெட் மணியைக் கொடுக்காது, அவர்கள் ஆசைப்படுகின்ற யாவற்றையும் தாமே நிறைவேற்றிவிடுவதாகச் சொல்வார்கள். உண்மையில் இது தவறு! வளரும் தலைமுறைக்கு கற்றுக்கொள்வதற்கான சந்தர்ப்பங்களை வழங்கவேண்டும். அப்படிச் செய்யும்போது, பணத்தைக் கையாள்வது மட்டுமன்றி, பணம் சம்பாதிப்பது குறித்த சிந்தனை, தேடல் கனவு, குறிக்கோள் போன்றவை உருவாகவும் வாய்ப்பு கிடைக்கும். பெற்றோர் மீது மதிப்பும், குடும்பப் பொறுப்பும் கூட அவர்களுக்கு வரலாம்.

பிழைகள் இன்றி சரிகளை உணரமுடியாது. எனவே, அவ்வப்போது உங்களால் முடிந்த சிறுதொகையை பாக்கெட் மணியாகக் கொடுத்து, பணத்தைக் கையாள்வதற்கு பழக்குங்கள்.

●

பிள்ளைகளின் சுயமதிப்பீடு

வலிமையே மகிழ்ச்சிகரமான, நிரந்தரமான, வளமான, அமரத்துவமான வாழ்க்கை ஆகும்.

— விவேகானந்தர்

"இந்தத் துறையைத் தேர்வு செய்யாதே! உனக்கு கற்பதற்கு இது சுலபமான துறையாக இருக்காதென்று நான் நினைக்கிறேன். ஏனெனில், சிறுவயதில் இருந்து உனக்கு இந்தத் துறையில் ஈடுபாடு இருந்ததாகத் தெரியவில்லை."

இப்படி ஒரு தந்தை தனது உயர்கல்வி கற்கும் மகனிடமோ அல்லது மகளிடமோ உரையாடுகின்றார் என்று வைத்துக்கொள்வோம். இங்கு தமது பிள்ளையின் சுய மதிப்பீட்டை நிர்ணயிப்பது யாரென்றால், அந்தப் பிள்ளையின் தந்தையேதான். 'இது சரியா?

அல்லது தவறா?' என்று புரிந்துகொள்வதற்கு முன்பாக, சுயமதிப்பீடு அல்லது தன்மதிப்பீடு என்ற நிலையை நிர்ணயிக்கின்ற இரு காரணிகளை நாம் அறிந்து கொள்ள வேண்டியுள்ளது.

முதலில் ஒரு மனிதன் சுயபலம் நிறைந்தவனாகத் தன்னை உணர்தல் வேண்டும். உணர்தல் என்பது தன்னை ஆய்வு செய்வதன் மூலமாக கண்டறியும் அளவீடாகும். எனக்கு எந்தளவுக்கு சுயபலம் உள்ளது? இங்கு மனம், மூளைத்திறன், உடல்திறன் மூன்றும் கூட்டாகி அவனது நிலையைத் தரம்பிரித்துக் கொடுக்கிறது. அந்த நிலையினை ஏற்றுக்கொள்கிறபோது, இரண்டாவது காரணியை இயல்பாகவே உணர்ந்தும் விடுகிறான். அக்காரணி, தன்னிலை குறித்த மரியாதை மதிப்பு ஆகும்.

யாருடனும் தன்னை ஒப்பிட்டுப் பார்க்காமல், எவருடைய வழிகாட்டலையும் தனக்குள் திணிக்காமல், தன் சுயபலத்தில் தனக்கான தனித்துவங்களை

உணர்ந்து, அவற்றை ஏற்றுக்கொள்கின்றபோது, தன்னைக் குறித்த மரியாதை, சுயமதிப்பு அதிகமாகிறது.

இதனால் தன்னிலைக்கேற்ற எண்ண அலைகளே அவனை இயக்குவதற்கும் சுயபலத்தைக் கிளறிவிடுவதற்கும் தூண்டுதலாக அமைந்துவிடுகின்றன.

மேற்கத்திய நாடுகளில் வாழும் பிள்ளைகளிடம் அனேக பெற்றோர்கள் ‘இது சரிவரும்’, ‘இது சரிவராது’ என்று ஒப்பீடு செய்து அவர்களின் சுயபலத்தை சுட்டிக் காட்டுவதில்லை. “உனக்கு எது சரிவரும் என்று யோசித்துப் பார். அதுகுறித்து ஆலோசனை பெறு. யோசித்துப் பார்க்க சற்று நேரம் எடுத்துக்கொள். அதன் பிற்பாடு முடிவு செய்” என்பார்கள். அங்கு ஒருவரின் சுயமதிப்பீட்டை அவர்களே தீர்மானிப்பதற்கான வாய்ப்புகள் கொடுக்கப்படுகின்றன. இதனால் ‘தன்னைக் குறித்த ஆய்வு முக்கியம்’ என்பதைப் பிள்ளைகள் உணர்கிறார்கள்.

எனவே, தங்களது சுயபலத்தை பல கோணங்களில் ஆய்வு செய்கின்றனர். அப்போது தாம் தேர்வு செய்கின்ற எந்த விஷயமாக இருந்தாலும், அந்த விஷயத்தின் பரப்புக்குள் தம்மை மையப்படுத்திக் கொள்கின்றனர். இதனால் தம்மைப் பற்றி புரிந்துகொள்ள முடிகிறது. தங்கள் செயல்பாடுகள் குறித்து தெளிவும் ஓரளவு கிடைக்கப் பெறுகின்றது. தன்னாலும் முடியுமென்ற தன்னிலை குறித்த மரியாதையும் மதிப்பும் அதிகமாகிறது. அப்போது எந்தச் சிக்கல்களையும், தோல்விகளையும் கடந்துவிடுவதற்கான சுயபலமும் வலுவடைகிறது.

இப்படிப்பட்ட மனநிலையில் வளரிளம் பிள்ளைகள் வளர்கின்றபோதே, சுயமதிப்பீடு நிறைந்த பிரஜையாக தன்னை சமூகத்தில் தரப்படுத்த முடியும்.

இதனால் அவர்களுக்கு ஏராளமான நன்மைகள் கிடைக்கின்றன. சுயமதிப்பீடு உள்ள மனிதர்களே இந்த உலகில் சிகரம் தொட்டவர்களாக இருக்கின்றனர். ஏனெனில், வெற்றி தோல்விகளை சரிநிகர் பலத்தோடு எதிர்கொள்ளும் சுயபலம் அவர்களுக்கு அனுபவத்தால் கிடைத்துவிடுகிறது. தங்களின் மதிப்பு, மரியாதையை இவர்களே அதிகம் உணர்வதால், கடினமான முயற்சியினால் தன்னிலையை தரப்படுத்திக்கொள்வதற்கும் முயன்றுகொண்டே இருப்பார்கள். இதனால் எதிர்மறையான எண்ணங்களையோ அல்லது செயல்பாட்டையோ இவர்களுக்குள் திணிக்க வைக்க முடியாது.

ஒருவர் சுயமதிப்பீடு நிறைந்த மனிதராக இருக்கிறார் என்பதை நாம் எப்படிக் கண்டறியலாம்?

1. தன்னம்பிக்கை மிக்கவர்களாக இவர்கள் இருப்பார்கள். எந்தச் சிக்கல் வந்தாலும், மனச்சோர்வு அல்லது உளச்சிதைவு என்று சிக்கித்தவிக்காது தன்னை நிலைப்படுத்த முயல்வார்கள்.

2. உடல் பற்றிய நல்லுணர்வு அதிகமாகவே இருக்கும். இங்கு அழகை மையப்படுத்தாது, ஆளுமையை அடையாளப்படுத்துகிறது உளவியல்.

தன்னைக் குறித்த மதிப்பு மரியாதை என்றும் சிறப்பாக இருக்குமாறு இவர்கள் கவனம் செலுத்துவார்கள்.

3. சுதந்திரத்தை அதிகமாக விரும்புவார்கள். தங்களது எண்ணங்களையும் செயல்களையும் திணிக்காமல், இயல்பாக ஆலோசனை சொல்லும் நபர்களையே விரும்புகிறார்கள்.

4. அடுத்தவர் சொல்லும் ஆலோசனைகளை, ஆராய்ந்து பார்த்தே முடிவுகள் எடுக்கிறார்கள்.

5. நன்மதிப்பை விரும்புகின்றனர். சமூகத்தில் தமக்கான நன்மதிப்பு அடையாளப்படுத்தப்பட வேண்டுமென்று விரும்புகின்றனர்.

6. அறிவு மற்றும் கல்வி சார்ந்து ஆர்வம் கொள்கின்றனர். தங்கள் சுயபலத்தை இவை இரண்டுமே மேன்மைப்படுத்தும் என்று புரிந்து வைத்துள்ளனர். தம்மைத்தாமே நாளும் பொழுதும் ஆய்வு செய்து, தமது திறமைகளை அடையாளம் கண்டு அவற்றை வெளிப்படுத்துகின்றனர்.

7. இணைந்து முடிவெடுக்கத் தயாராக இருக்கின்றனர். தம் சுயமதிப்பீட்டில் ஆணித்தரமாக இருப்பார்கள் என்பதால், எந்த தயக்கமும் இன்றி மற்றவர்களின் கருத்துகளை உள்வாங்கி, தமது கருத்துடன் ஒப்பிட்டு, இணைந்து ஒரு முடிவினை முன்னெடுப்பதற்கு தயார் நிலையில் இருக்கின்றனர்.

8. சுயபொறுப்புக்களை விரும்பி ஏற்கின்றனர். தம்மால் செய்து முடிக்க முடியுமென்ற தன்மதிப்பீடு முழுமையாக இருப்பதால், எந்தவித கேள்விகளும் ஆய்வுகளும் இன்றி சுயபொறுப்புக்களை நேர்த்தியாகத் திட்டமிட்டு செயல்படுத்துகின்றனர்.

9. இவர்கள் வாழும் சூழலில் பாராட்டப்படுபவர்களாக புகழும் பெறுகிறார்கள்.

கட்டுரையின் ஆரம்பத்தில் குறிப்பிட்ட தந்தையின் செயல்பாடு 'சரியா, தவறா' என்பதற்கான விடை உங்களுக்கு மட்டுமல்ல, ஒவ்வொரு பெற்றோருக்கும் கிடைத்திருக்கும். நம் பிள்ளைகளை கல்வியில் சிறந்தவர்களாக ஆக்குவது என்பது நம் முதல் கடமையல்ல; அவர்களை சுயமதிப்பீடு நிறைந்தவர்களாக மாற்றுங்கள். சுயபலமும், தன்னிலை குறித்த மதிப்பும் மரியாதையும் ஒருங்கே கொண்டவர்கள், ஒய்வேயில்லாது ஓடும் நதி போன்றவர்கள். இவர்களது நேர்மறையான எண்ணங்கள் வலுவாகி, பல கோணங்களில் செயல் வடிவம் நிலைபெறுவதற்கு துணைபுரிகிறது.

●

தோல்விகளை ஏற்கப் பழகுங்கள்!

விழாமல் வாழ்ந்தோம் என்பதல்ல பெருமை. விழும் ஒவ்வொரு முறையும் மீண்டும் எழுந்தோம் என்பதே வாழ்வின் பெருமை.
– நெல்சன் மண்டேலா

தொலைபேசி ஓயாமல் ஒலித்துக் கொண்டே இருந்தது. ஏதோ சிந்தனையுடன் அவள் கையிலெடுத்து காதில் வைத்தாள். உடனே இடியோசை கேட்ட நாகம் போல ஆனாள். ஆம், அவளது அருமைத்தோழியின் 16 வயது மகன் தேர்வுத் தோல்வியினால் தற்கொலை செய்துகொண்டான் என்ற செய்தியே காரணம்.

இன்று உலக மக்கள்தொகையில் 16 சதவிகிதம் பேர், 15 வயது முதல் 24 வயதுக்குள் உள்ள இளையோர். இன்றைய இளையோரே நாளைய சமுதாயத்தின் கட்டமைப்பாளர்கள். ஆனால், இவர்களில்

பலர் உளவியல் அடிப்படையில் உறுதி இல்லாதவர்களாக வளர்ந்து வருகின்றனர். இதற்கு பல காரணங்களைச் சுட்டிக் காட்ட முடியும்.

குறிப்பாக பரபரப்பான வாழ்க்கைச்சூழல் காரணமாக, தமது பிள்ளைகளுடன் பேசி உறவாடி மகிழ்வதற்கான நேரத்தை பல பெற்றோர்களால் கொடுக்கமுடியாத சூழ்நிலையே முதல் காரணமாகும். இதனால் சிறுவயது முதல் ஒற்றைக் கேள்விக்கு ஒற்றை பதில் அளிக்கும் பிள்ளைகளாகவே பலரும் வளர்ந்து வருகின்றனர். கருத்துகளை பகிர்தல், கலந்துரையாடுதல், தமது எண்ணங்களை வெளிப்படுத்துதல், சரி தவறுகளைத் தயக்கமின்றி கேட்டறிதல் போன்ற வாய்ப்புகள் கிடைப்பதில்லை. இதனால் குடும்பச் சூழலைவிட்டு ஒதுக்கப்பட்ட நபர்களாகவே இவர்கள் இருக்கின்றனர்.

குடும்பத்தில் மட்டுமின்றி, வெளியிலும் சமூகத்துடன் கலந்துரையாடும் வாய்ப்பு அவர்களுக்கு அமைவதில்லை. திறந்தவெளி விளையாட்டுகள், பொழுதுபோக்குகளை மறந்து, நான்கு சுவர்களுக்குள் எலெக்ட்ரானிக் கருவிகளின் திரையை உற்றுப் பார்த்தபடி வாழ்கின்றனர். இதனால் அவர்களுக்கு உடல் உற்சாகம் கிடைக்காமல் மனச்சோர்வு தொற்றிக்கொள்கிறது. மகிழ்ச்சிகரமான நட்பு வட்டாரங்களை விட்டு விலகுகின்றனர். அல்லது தவறான நட்புகளை நாடுகின்றனர்.

பள்ளியிலும் அவர்களுக்கு சிந்தனையைக் கிளறிவிடும் கல்வி கிடைப்பதில்லை. பாடப்பரப்புகளும் கற்பித்தல் முறைகளும் கல்வி வளாகங்களை இறுக்கமாக்கி விட்டன. குடும்பங்களில் கற்காத மற்றும் பெற்றுக்கொள்ளமுடியாத ஆலோசனைகளையும் மகிழ்ச்சியையும் பள்ளியில் பெறமுடியாத நிலையில் பிள்ளைகள் உள்ளனர். அழுத்தம், பரபரப்பு, போட்டிநிலையே மிஞ்சுகிறது.

ஒரு பிள்ளை தனக்கான மகிழ்ச்சியை, தேவையை, கேள்வியை, விருப்பு வெறுப்புகளை, தன் சூழலை வீட்டிலும், வெளிச்சூழலிலும், கல்விக்கூடங்களிலும் இயல்பாகவெளிப்படுத்த முடியவில்லை என்றால் அந்தப் பிள்ளை என்ன ஆகும்? வெளித்தோற்றத்துக்குப் பார்க்கும்போது உடல் வளர்ச்சி இருக்கும். ஆனால் உளவளர்ச்சி மிக மந்த நிலையை அடைந்திருக்கும்.

சிறு வயது முதல் தனது மன உந்துதல்களை அடக்கி அடக்கி தனக்குள் புதைக்கத் தொடங்குகிறார்கள் பல பிள்ளைகள். இதுவே பழக்கமாக மாறும்போது, தனக்கு எழும் சிக்கல்களைத் தீர்க்கும் திறன் இல்லாதவர்களாக அவர்கள் சோர்ந்து விடுகின்றனர். இந்தச் சோர்வு படிப்படியாக, பயம், தடுமாற்றம், கோபம், விரக்தி என்று பல வடிவங்களாக மாற்றம் அடைகிறது. இறுதியில் தன்மேல் வெறுப்பை ஊட்டிவிடுகிறது. இப்படி சுயமதிப்பையும் மரியாதையையும் இழக்கிறபோது இறுதித் தீர்வாக தற்கொலை தூண்டப்படுகிறது.

நான் புலம்பெயர்ந்து வாழ்கிற சுவிட்சர்லாந்து நாட்டில், "பிள்ளைகளை பிறந்த நாள் முதல் பாராட்டத் தொடங்குங்கள்" என்பார்கள்.

ஏனெனில், வார்த்தைகளைக் கேட்பதற்கு முன்பாகவே தாயின் உடல்மொழியை தரிசித்து குழந்தை வளர்கிறது. அதுவே குழந்தைகளின் முதல் மொழி. எந்த அளவுக்கு உற்சாகமான, மகிழ்ச்சிகரமான உடல்மொழி குழந்தைக்கு பிறந்த நாள் முதல் கடத்தப்படுகிறதோ, அந்த அளவிற்குக் குழந்தையின் மனவலிமை அதிகரிக்கும். பிள்ளைகளுக்கு எவ்வளவு நேரம் ஒதுக்கப்படவேண்டும் என்பதை இதன்மூலம் நாம் உணர்ந்து கொள்ள முடிகிறது.

குழந்தைகள் இரண்டரை வயதைத் தொடும்போது, அவர்களின் தனித்துவத் திறமைகளை வெளிக்கொண்டு வருவதற்கான விளையாட்டுப் பள்ளி வளாகமும் சுவிட்சர்லாந்தில் இயங்குகிறது. கல்வி மற்றும் கல்வி அறிவியல் பயிற்சி முடித்த ஆசிரியர்கள் இங்கு இந்தக் கடமையைச் செய்கின்றனர்.

பெற்றோர்களாக நம்மில் பலரின் வாழ்க்கை ஒரே நேர்க்கோட்டில் செல்வதில்லை. ஆங்காங்கே வளைவுகளையும் உடையது இந்தப் பாதை.

பிள்ளைகள் இதை அனுபவத்தால் உணர வேண்டும். அதற்கான அனுபவப் பாதையைத் தங்கள் பிள்ளைகளுக்கு சுதந்திரமாகவும் தன்னம்பிக்கையுடனும் பெற்றோர் அனுமதிக்கின்றனர். இதனால் சிறுவயது முதல் மனவலிமை பெற்றவர்களாகக் குழந்தைகள் வளர்கின்றனர். தங்கள் வயதுக்குமீறி சிந்திக்கின்றனர். விரும்பிய உயர்கல்வி அல்லது தொழிற்கல்வியைக் கற்கத் தொடங்குகின்றனர். அதில் எதிர்கொள்ளும் சவால்களை, பழக வேண்டிய மாற்றங்களை சமாளிக்கும் திறனுடையவர்களாக இயங்குகின்றனர். எந்தத் தோல்வி வந்தாலும், அதைத் தாண்டிவந்து புதிய வெற்றியைப் பெறுவதற்கு வழி தேடுகின்றனர்.

இப்படிப்பட்ட இளைய தலைமுறையை ஒவ்வொரு பெற்றோரும் தமது வீடுகளில் உருவாக்க வேண்டும். உடல் வளர்ச்சி போல உள்ளம் வலிமையுடன் இருப்பதற்கும் வழியமைக்க வேண்டும். கல்வியைத் தாண்டி மனித வாழ்வியலில் இருக்கும் வாய்ப்புகளை, மகிழ்ச்சிகளை, கடமைகளைத் தங்கள் ஆளுமையுடன் தொடர்புபடுத்தி அவர்கள் தெளிவாக அறிதல் அவசியமாகின்றது.

இப்படி வளரும் பிள்ளைகள், சிறுவயது முதல் நாளைய மழை அறியும் எறும்பாய் இருக்கப் பழகிக்கொள்வார்கள். நேற்றைய மழைக்கு இன்று குடைபிடிக்கும் காளானாய் இருப்பது பயனில்லை என்பதையும் அனுபவத்தால் உணர்வார்கள்.

•

உணர்வுகளை மதிப்போம்!

மனிதன் பிறக்கும்போது, வெற்றுத்தாள் போலவே பிறக்கின்றான். இவ்வுலகில் அவன் கண்டு, கேட்டு, உற்று அறியும் சம்பவங்கள் மூலம், மெல்ல மெல்ல அவன் நல்லது, கெட்டது பகுத்தறியும் திறன் பெறுகிறான்.

– யாரோ

“ஒழுங்காக வளர்த்த பிள்ளை இப்படி மாறிவிட்டதே... எங்கிருந்து இந்தப் பழக்கம் வந்தது. குடும்பத்தில் யாருக்குமே இல்லாத பழக்கம். இந்த வயதில் இவன் ஊதுகிறான் என்று நம்பவே முடியவில்லை. அரசல்புரசலாக அன்வர் அப்பா வாக்கிங் போகும்போது சொன்னார். ‘நம்மீதுள்ள பொறாமையில் கதை கட்டிவிடுகிறார்’ என்று தப்புக்கணக்கு போட்டுவிட்டேன். ஆனால், அவனது அறையில் இந்தப் பெட்டியை எடுத்த பின், அவர் சொன்னது பொய்யல்ல என்று தெரிகிறது. எல்லாம் நீ

கொடுத்த இடம். வரட்டும் அவன்" என்று மனைவியை வறுத்து எடுத்தார் சரவணன்.

17 வயது மகன் அஸ்வின் புகைக்கிறான் என்பதே கோபத்துக்குக் காரணம். என்றுமே சமூகத்தில் தவறான பழக்கவழக்கங்களாக மது அருந்துதல், புகைத்தல் ஆகியவையே முதலில் உற்றுநோக்கப்படுகிறது. குறிப்பாக ஆண் பிள்ளைகள் பருவ வயதை அடைகின்றபோது பெற்றோர்கள் இதற்காக அதிகமாக கண்காணிக்கத் தொடங்குகிறார்கள். இது ஒரு காலம்.

இன்று ஆண் பிள்ளைகளை மட்டுமல்லாது பெண்பிள்ளைகளையும் கண்காணிக்க வேண்டிய சூழலில் இருக்கிறோம். அதுமட்டுமன்றி, புகை மற்றும்

மதுப் பழக்கத்தைத் தாண்டி இன்னும் பல தீய பழக்கவழக்கங்களும் அதிகரித்து வருகின்றன. நமது தலைமுறைக்குத் தெரிந்தவற்றை வைத்துக்கொண்டே பிள்ளைகளை அளவீடு செய்யும் பெற்றோர்களாக நாம் இருப்பது காலமாற்றத்துக்கு உகந்ததல்ல. மாறும் சூழலை முதலில் நாம் உணர்ந்து கொள்ளவேண்டும். அத்துடன் நாளும் பொழுதும் பெருகிவரும் தீய பழக்கவழக்கங்களை அறிந்துவைத்திருப்பது அவசியம். அவற்றிலிருந்து பிள்ளைகளைக் காப்பாற்றுவதற்காக முன்கூட்டியே திட்டமிட வேண்டும்.

தவறான பழக்கவழக்கங்கள் எதனால் நம் பிள்ளைகளிடம் தொற்றிக்கொண்டன என்பதை அறியவேண்டும். பிள்ளைகளை வேவு பார்ப்பதும் விசாரிப்பதும் இதற்குத் தீர்வல்ல. முதலில் நம் பிள்ளைகளுடன் பேசுவதற்கான சூழலை பெற்றோர்களாகிய நாம் உருவாக்குதல் வேண்டும். இங்கு 'உருவாக்குதல்' என்ற வார்த்தையை ஏன் பயன்படுத்துகிறேன் தெரியுமா? வளர்ந்து வரும் இளம்பிள்ளைகளிடம் எப்படிப் பேசவேண்டுமென்றும், எந்தச் சூழலில் பேசவேண்டுமென்றும் பல பெற்றோர்களுக்குத் தெரிவதில்லை.

'நம் பிள்ளைகள்தானே நாம் அவர்களுக்காக எவ்வளவோ தியாகங்கள் செய்கிறோம். அவர்களைக் கேள்வி கேட்க நமக்கு உரிமை உண்டு' என்ற நினைப்பில் பேசத் தொடங்குவது 'உரிமை மீறல்' என்றே சொல்லலாம். நமக்குப் பிறந்த பிள்ளைகளாக இருந்தாலும், நம் உணர்வுகளை அவர்கள் மீது திணிக்க முடியாது. நாம் சொல்லும் 'பெற்றோர்' என்ற தகுதி அல்லது 'உரிமை'யை நமது பிள்ளைகள் ஏற்றுக்கொள்ள வேண்டும் என்றால், நாம் அவர்களது வளர்ச்சிப் படிநிலை மற்றும் வாழ்வியல் சூழலுக்கேற்ப உரையாடவும், அவர்களது உணர்வுகளை மதிக்கவும் அறிந்திருத்தல் வேண்டும்.

எப்படி உரையாட வேண்டும் என்ற ஒத்திகையை நமக்குள் முதலில் பார்த்துக்கொள்வது சிறப்பு. இதற்கு தாய், தந்தை இருவரும் ஒரே மனோநிலையில் தயாராக இருத்தல் வேண்டும். தந்தை ஒரு கருத்திலும், தாய் அதற்கு நேர் எதிரான கருத்திலும் இருப்பது முறையல்ல. பேச்சில் நமது பெருமை, குடும்ப கௌரவம், சமூக அந்தஸ்து, ஒப்பீடு, சுயபுராணம் இல்லாமல் பார்த்துக்கொள்ள வேண்டும். சுற்றி வளைக்காமல், நேரடியாக விஷயத்துக்கு வந்துவிட வேண்டும். பிள்ளைகளின் சூழல் அறிந்து, பொருத்தமான நேரத்தைத் திட்டமிடுவதும் அவசியம்.

இப்படிப்பட்ட உரையாடலே உங்களுக்கும் வளர் இளம் பிள்ளைக்கும் இடையில் புரிந்துணர்வை உருவாக்கும். நம்பிக்கையான பதிலை அவர்களிடமிருந்து பெற உதவும். உங்கள் மீதான மதிப்பை உயர்த்தும். தேவைப்பட்டால் உங்களது ஆலோசனை, அரவணைப்பு மற்றும் உதவியை அவர்கள் நாடுவார்கள். அவர்களது வயதுக்கு நீங்கள் கொடுக்கும் மதிப்பை அவர்களால் விரைவில் உணர்ந்து கொள்ளவும் முடியும். எனவே, வெளிப்படையாகப் பேசுவதற்கு முயல்வார்கள்.

'இதை அவர்கள் விளையாட்டாக செய்தார்களா, அல்லது பழக்கமாக மாற்றி வருகிறார்களா, இதற்கு ஏதேனும் அடிப்படைக் காரணங்கள் உண்டா'

என்று அறியமுடியும். நிறைய வளர் இளம் பிள்ளைகள் புகைப்பது மற்றும் மது அருந்துவது உளவியல் ரீதியாகஅவர்களுக்கு ஏற்படும் அழுத்தங்களால் என்றே ஆய்வு கூறுகிறது. வீட்டுச்சூழல், பள்ளிச்சூழல், சமூகச்சூழல் ஆகிய மூன்றும் உளவியல்ரீதியான தடுமாற்றங்களையும், பயத்தையும், அதீதமான எதிர்பார்ப்பினையும் தினமும் அவர்கள்மீது சுமத்திக்கொண்டே இருக்கிறது. ஒரு நிமிடம் நின்று நிதானித்து அவர்களது தேவைகள் மற்றும் விருப்பு வெறுப்புகளை அறிவதற்கான உறவுகளை கொடுப்பதென்பது மிகக் குறைவே!

இதனால் தமக்குள் பேசி, தம் கைகளில் உள்ள எலெக்ட்ரானிக் ஊடகங்களிடம் உறவாடி, இயல்பான வாழ்வியலின் ஆரோக்கியமான பழக்கவழக்கங்களை அனுபவிக்காது வளர்ந்து வருகின்றார்கள். இன்று பல குடும்பங்களில் பிள்ளைகளுடனான உரையாடல்கள் கல்வி மற்றும் தொழில் சார்ந்த ஒன்றாக மட்டுமே உள்ளது. இந்த இரண்டையுமே பள்ளி வளாகமும் வலியுறுத்துகிறது.

இந்த இறுக்கத்தைக் கடந்த எண்ணற்ற சுவாரசியங்களை பேசுவதற்கும், ஆராய்வதற்கும், அவர்களுக்குள் ஆர்வத்தைக் கிளறி விடுவதற்குமான மனிதர்கள் நிறைந்த சமூகச்சூழல் அரிதாகிக்கொண்டே வருகிறது. இந்த இறுக்கமான சூழல் அவர்களின் உள்ளத்தை சுருக்குகிறது. வார்த்தைகளைக் கட்டுப்படுத்தி வாழ்க்கை மீது வெறுப்பை உருவாக்கி விடுகிறது. இதற்கு இடையில் கிடைக்கும் ஒரு நிமிட அமைதியைக் கூட ஒரு நூற்றாண்டாக போராடி வென்ற சுதந்திரமாகவே உணர்கின்றனர்.

உணர்வுகளைக் காயப்படுத்திக் காயப்படுத்தி வளர்க்கப்படும் ஓர் உயிர், உணர்வற்ற ஜடமாகவே உலாவுவதற்குப் பழக்கப்படுகிறது. எனவே உங்கள் பிள்ளைகளின் உணர்வுகளை மதித்து உரையாடுங்கள். அவர்களது உடலுக்கு ஆரோக்கிய உணவு தேவைப்படுவதைப் போலவே, உள்ளத்துக்கும் அக்கறையும் அன்பும் கலந்து ஊட்டும் உயிர்ப்புள்ள உறவுகள் தேவைப்படுகின்றன.

தவறுகளற்ற சரியைவிட, தவறிலிருந்து சரிசெய்யப்பட்ட சரியானது அனுபவத்தைச் சுமந்து நிற்கின்றது. உணர்வோம், உயர்வடைவோம்!

●

தெளிவுபடுத்த வேண்டும்!

> அறியாமையுடன் நூறு ஆண்டுகள் வாழ்வதைவிட,
> அறிவுடன் ஒரு நாள் வாழ்வது மேல்.
> – ராமானுஜர்

"அம்மா, இன்று மாலை சற்று நேரம் கழித்து வீட்டுக்கு வருவேன்" என்றாள் மாதுமை.

"எத்தனை மணிக்கு?" என்றாள் அம்மா.

"ஆறிலிருந்து ஏழுக்குள்."

"ஐந்து மணிக்குள் வீட்டுக்கு வா... பெண் பிள்ளைகள் கண்டபடி அங்கு இங்கு சுற்றக்கூடாது!"

"அண்ணா மட்டும் எட்டு, பத்து என்று வருகிறான்."

"அவன் ஆண்பிள்ளை. அதுமட்டுமில்லை, வளர்ந்த பையன்" என்றாள் அம்மா.

ஒரு வீட்டுக்குள் இருவேறுபட்ட பாலினருக்கான வேறுபாடுகள் உடல் மற்றும் உளம் சார்ந்து பதிவுசெய்யப்படுகின்றன. 'ஏன் இந்த வேறுபாடு' என்று புரியாமல் பிள்ளைகள் வளர்ந்துவருகின்றனர். நாளடைவில் பள்ளி வளாகமும் சமூகச் சூழலும் இதற்குக் கொடுக்கும் தப்பான விளக்கங்கள் அல்லது தவறான சாட்சியங்கள், காரணமற்ற இந்த வேறுபாட்டை 'உண்மைத்தன்மை' என்று நம்ப வைத்துவிடுகிறது. இதன்படி வாழவும் அவர்கள் பழகிவருகின்றனர்.

இன்றைய வாழ்வியல் மாற்றங்கள் பல குடும்பங்களில் பாலியல் வேறுபாட்டை உடைத்தெறிந்திருந்தாலும், அது ஒழிந்து விடவில்லை என்பது மட்டுமே உண்மை. ஒரு குழந்தை கருவறையில் ஆணா அல்லது பெண்ணா என்கின்ற கேள்விக்குள் இருந்தே முழுமை பெற்று பூமியைத் தொடுகிறது. முதல் உறவாக இருக்கும் பெற்றோரின் விருப்பு வெறுப்புக்குள் அலசப்பட்டு, யாரோ ஒருவருக்கு மிகப்பிடித்த மகனாகவோ அல்லது மகளாகவோ வளரத் தொடங்குகிறது. உணவில் தொடங்கி விளையாடும் பொருட்கள் வரை யாவற்றிலும் வேறுபாட்டை பாலின அடிப்படையில் ஏற்றுக்கொள்ளவும் பழகுகிறது.

ஒரு வீட்டில் வளரும் இரு பிள்ளைகளுக்கு பெற்றோரால் முன்வைக்கப்படுகின்ற இத்தகைய வேறுபாட்டு வளர்ப்பு முறைகள் பிள்ளைகளின் உளவியல் சார்ந்த சிக்கல்களுக்கும், சமூகம் சார்ந்த தவறான கட்டமைப்புக்கும் காரணமாக இருக்கிறது. உண்மையில் பாலினம் என்பது உடல் சார்ந்த வேறுபாடு மட்டுமே. இரு இனங்களின் உடற்கூறு வேறுபாட்டின் அடிப்படையில் கல்வி, வளர்ப்பு முறை, உணவுமுறை, விளையாட்டு, தொழில் வாய்ப்பு, சுதந்திரம் என்ற பல்வேறு பாகுபாடுகள் காட்டுவது குழந்தைகள் மீது நிகழ்த்தப்படும் உரிமை மீறலே. இதைக் குற்றமாக பல்வேறு நாடுகள் முன்வைக்கின்றன.

சுவிட்சர்லாந்து போன்ற வளர்ச்சியடைந்த நாடுகளில் 'பிள்ளைகள்' என்ற பொதுத் தன்மையில் வளர்க்கவேண்டுமென்று வலியுறுத்தப்படுகிறது. எந்தப் பாலின வேறுபாட்டையும் காட்ட வேண்டாம் என வலியுறுத்தப்படுகிறது. இதைப் பல்வேறு விழிப்புணர்வு கருத்தரங்குகள் வழியாக அரசு உணர்த்துகிறது. இதற்கு இவ்வளவு முக்கியத்துவம் கொடுக்கக் காரணம், 'பாலின வன்முறைகளின் தொடக்க இடமாக வீட்டு வளர்ப்பு முறையே இருக்கின்றது' என்பதே!

ஆணுக்கு சலுகைகளும் பெண்ணுக்கு தட்டிக்கழிப்புகளும் நிகழ்வது பல்வேறு சிக்கல்களைத் தோற்றுவிக்கிறது எனலாம். குறிப்பாக ஆணாதிக்க மனநிலையும், ஆண் அதிகாரம் நிறைந்தவன் என்கின்ற நினைப்பும், ஆண் பலமானவன் என்ற உணர்வும் இதனால்தான் வருகின்றன. பெண் என்பவள் தனக்குக் கீழ்பட்டவள், உடலளவில் வலிமை குன்றியவள், நம் கட்டுப்பாடுகளை சுமக்கக் கடமைப்பட்டவள் என்ற உணர்வை ஆண்களுக்கு ஏற்படுத்துகிறது. இது பெண் பிள்ளைகளின் மனதிலும் ஊடுருவி, ஆளுமையை சிதைக்கிறது. இதனால் மானை வேட்டையாடும் புலியாக ஆண் மாறிவிடுகிறான்.

இந்த நிலையை பிள்ளை வளர்ப்பு முறை மூலமாக தடுத்து நிறுத்த முடியும். பிள்ளைகளிடம் உடல் உறுப்புகள் சார்ந்த வேறுபாட்டை அறிவியல் சார்ந்து வயதுக்கேற்ப, வளர்ச்சி நிலைக்கேற்ப தெளிவுபடுத்துவது மிகவும் அவசியம். சுவிட்சர்லாந்து போன்ற நாடுகளில் ஐந்தாம் வகுப்பிலிருந்து பள்ளி வளாகம் இந்தக் கடமையைச் செய்யத் தொடங்கிவிடுகிறது.

வீட்டு வேலைகளில் ஆண் பெண் பாகுபாட்டை உடைக்க வேண்டும். பெற்றோர்கள் முன்மாதிரியாக இருந்தால், அதைப் பார்க்கும் பிள்ளைகளும் செய்யத் தொடங்குவார்கள். தையல் வேலை, சமையல் வேலை, தோட்ட வேலை, சுத்திகரிப்பு வேலை என யாவும் சுவிஸ் நாட்டின் பள்ளியில் கற்றல் கற்பித்தல் முறையில் உண்டு. வீட்டில் இப்படி பழக்கப்படுத்தப்படாத பிள்ளைகள் பள்ளிச்சூழலில் கற்று பழக்கப்படுகின்றபோது, வீட்டில் பாகுபாடற்று அனைத்து வேலைகளையும் செய்ய முன்வருகின்றனர்.

வீட்டில் பெற்றோரிடையே இடம்பெறும் பாலின வேறுபாட்டின் கேலிகள், அதிகாரங்கள், அடக்குமுறைகள் பிள்ளைகளை பெருமளவு பாதிக்கின்றன. பார்த்துப் பழகிக்கொள்வதற்கும் அடிப்படையாக இருந்து விடுகின்றன. பிள்ளைகளின் முதல் கற்றல் இடம் வீடுதான். அவர்களின் முதல்

ஆசிரியர்களாக பெற்றோர்களே இருக்கின்றனர் என்பதை நாம் மறந்துவிடக் கூடாது.

ஒருவரை ஒருவர் பாலின அடிப்படையில் ஒப்பீடு செய்து பேசுவதைத் தவிர்க்க வேண்டும். இந்த ஒப்பீடு பாலினம் குறித்த தவறான மதிப்பீட்டை உருவாக்குகிறது. தாழ்வு மனப்பான்மை, அதிகாரம், குரோதம், இழிவுபடுத்தல் போன்ற தவறான பண்புகள் மனதளவில் கறைகள்போல படிவதற்கும் காரணமாகிவிடுகிறது. கூடப்பிறந்தவர்களிடையே இடைவெளியை உருவாக்கி, நாளடைவில் அவர்களை ஒருவருக்கொருவர் எதிராளியாகவும் முன்னிறுத்தி விடுகிறது.

வீட்டு ஒழுங்கு விதிகள், சுதந்திரம் என்பன இருபாலினருக்கும் பொதுவாக இருக்குமாறு பார்த்துக்கொள்ள வேண்டும். ‘தப்பு’ என்பதும், ‘சரி’ என்பதும் இரு பாலினருக்கும் பொதுவானதே. இரு பாலினருக்கும் இரு வேறு நியாயங்கள் கிடையாது.

உடல் சார்ந்த பயமுறுத்தல்களை பிள்ளைகளிடம் பரப்புதல் கூடாதென மனநல நிபுணர்கள் கருத்து தெரிவிக்கின்றனர். ‘நீ பெண்பிள்ளை, இப்படித்தான் இருக்கவேண்டும். உனக்கு ஆபத்துவந்துவிடும்’ என்று அச்சத்தைப் பரப்புவது அவர்களது உடல் சார்ந்த மதிப்பீட்டைத் தவறாகப் பதிவுசெய்துவிடும். வெளிப்படையாக தாயோ அல்லது தந்தையோ காரணங்களைத் தெளிவுபடுத்துவது மட்டுமே சிறப்பாகும். இதனால் பெற்றோர் - பிள்ளைகள் உறவு கூட பலப்பட வாய்ப்புண்டு. ஆண் பிள்ளைகளுக்கும் இந்தத் தேவை உள்ளது என்பதை பெற்றோர் மறந்துவிடக் கூடாது.

இப்படியான பாலினப் புரிதல் உள்ள வீட்டுச் சூழலில் வளர்கின்ற பிள்ளைகள் வளரும் காலத்திலும், எதிர்காலத்திலும் பாலினப் புரிதலும், பக்குவ மனப்பான்மையும் உள்ளவர்களாக மிளிர்வார்கள்.

●

பகிர்தல் தவறா?

என்றும் நினைவில் கொள். மனிதனாகப்
பிறந்தவன் பயனின்றி அழியக்கூடாது.
- கார்ல் மார்க்ஸ்

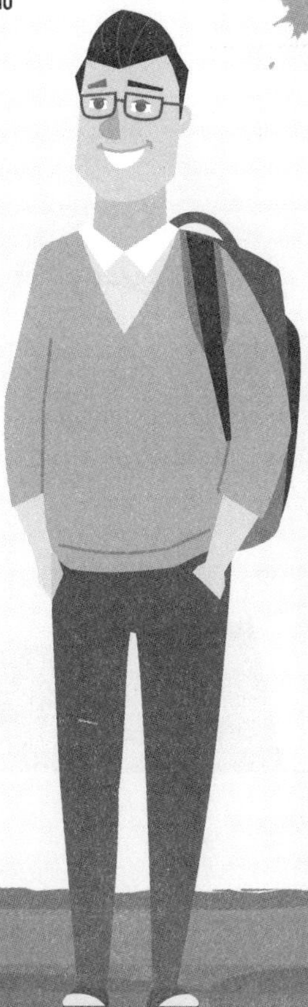

"அப்பா, இன்று கல்லூரி முடிந்து தாமதமாகவே வீட்டுக்கு வருவேன். அம்மாவிடம் சொல்லிவிடுங்கள்" என்றான் குமரன்.

"ஏன்?" என்று ஒற்றைக் கேள்வி தொடுத்தார் அப்பா.

"கல்லூரியில் கற்றல் திறன் குறைந்த மாணவர்களுக்கு உதவி செய்வதற்காக ஒரு குழு அமைக்கப்போகிறோம். அதுகுறித்து ஒரு கலந்துரையாடல்" என்றான் குமரன்.

"உனக்கே படிக்க நேரமில்லை. இதெல்லாம் தேவையா? இந்த நேரத்தில் நீ படித்தால்

இன்னும் நல்ல மதிப்பெண்கள் எடுக்கலாம். ஊர் வேலை பார்ப்பதை விட்டுவிட்டு படிக்கிற வழியைப் பார்" என்று கர்ஜித்தார் அப்பா.

"உங்களைப் போல சுயநலமாக என்னால் இருக்க முடியாது. நான் இப்படித்தான்" என்றான் 18 வயது மகன்.

இந்த உரையாடல் இன்று பல வீடுகளில் நடைபெறுகிறது. 'தமது பிள்ளைகள் மட்டுமே எல்லாவற்றிலும் முதலிடம் பிடிக்க வேண்டும்' என்ற ஆசையில், அடுத்தவர் மீதான அக்கறை மறைந்து சுயநலம் மேலோங்கி வளர்கிறது எனலாம். இதனால் மனித உறவுகள் மனசளவிலும் இறுக்கமடையத் தொடங்கிவிட்டன.

ஒரு சமூகம் என்பது ஒவ்வொரு தனிமனிதனின் காலடிகளின் கூட்டு. பகுத்தறிவு நிறைந்த மனிதன் தன்னையும் தன்னைச் சார்ந்த உயிரினங்களையும் உணர்தலே அடிப்படையின் சிறப்பு. 'உணர்தல்' என்பது ஐம்புலன்களின் விழிப்புநிலையாகும்.

ஒரு குழந்தை பிறந்து வளர்ந்து வருகின்ற கால கட்டத்தில், ஐம்புலன்களின் வழியே தன்னையும், தன்னைச் சார்ந்த சூழலையும் உணரக் கற்றுக்கொள்கிறது. 'தனது' என்பதையும் 'பிறரது' என்பதையும் பிரித்தறிகிறது. தன்னை நேசிக்கவும் பிறரை நேசிக்கவும் பழகிக்கொள்கிறது.

இன்னும் வளரும்போது அறிதல், புரிதல், தெளிதல், விலகுதல், விரும்புதல், தவிர்த்தல் என பல்வேறு கேள்விகளை தனக்குள் எழுப்புகிறது. தனது குடும்பத்தினரிடமும், தான் கற்கும் பள்ளிகளிலும் இதற்கான விளக்கங்கள் கிடைக்கும் என்று எதிர்பார்க்கிறது. இதை உணராமல் தட்டிக் கழிக்கும்போது, அந்தக் குழந்தையின் கேள்விகளும் தேடல்களும் அழுத்தப்படுகின்றன. சொல்லிக் கொடுப்பதை மட்டும் சரியென்று ஒப்புக்கொள்ளும் குழந்தையாக அது வளரத் தொடங்குகிறது. இதனால் ஐம்புலன்களின் உணர்தல் தன்மை விரிவடைவதில்லை. அவர்கள் ஒரே நேரத்தில் பலவற்றை கிரகிக்கவோ அல்லது செயலாற்றவோ வலுவிழந்தவர்களாக மாறி விடுகின்றனர்.

கற்றல் திறனுக்கு எந்தளவு ஐம்புலன்கள் அவசியமோ, அதுபோலவே சமூகத்தில் பழகும் திறன் பெறுவதற்கும் இவை அவசியமே. சுவிட்சர்லாந்து, பின்லாந்து போன்ற நாடுகளில் சிறுவர்களின் ஐம்புலன்களுக்கும் இயற்கைச்சூழலுக்கும் நெருங்கிய தொடர்புள்ள விளையாட்டுக் கல்வி ஆரம்ப கட்டமாக அறிமுகப்படுத்தப்படுகிறது. இது தன்னையும் சுற்றுச்சூழலையும் உணர்வதற்கான வாய்ப்பை அவர்களுக்கு அளிக்கிறது. தன்னைக் குறித்து கேள்வி எழுப்புவது மட்டுமல்லாது, தான் வாழ்கின்ற சமூகம் குறித்தும் கேள்வி எழுப்புகின்றனர்.

சமூகம் குறித்த அக்கறை, கடமை, தேடல் போன்றவற்றைக் கற்றுக்கொள்வதோடு சமூகத்தின் ஒழுங்கு விதிமுறைகளை கடைபிடிக்கவும், சமூக நன்மைக்காக சுதந்திரமாக கேள்வி எழுப்பிச் செயல்படவும் பழகிக் கொள்கின்றனர்.

வீதியில் குப்பை வீசும் 50 வயது நபரை ஐந்து வயதுக் குழந்தை அழைத்து, "இதை இப்படிப் போடக்கூடாது, குப்பைத்தொட்டியில் போடுங்கள்" என்று சொல்கிறது. இந்த வீரம் எப்படி வளர்ந்தது? தனது சமூகம் குறித்த உற்றுநோக்கலில் இருந்து உருவாகியது என்றே சொல்லமுடியும். இதைப் போலவே தனது நாட்டின் நலனுக்கும், பொருளாதார வளத்துக்கும், சமூக முன்னேற்றத்துக்கும் உகந்த பாடங்களைப் பள்ளி வளாகத்தில் கற்றுக் கொள்கின்றனர். இதனால் கல்வியில் சிறந்து விளங்குவதோடு, சமூகத்துடன் இணைந்து வாழவும் அவர்களால் முடிகிறது.

நமது முந்தைய தலைமுறையினர் இத்தகைய கல்விமுறையைக் கற்று, சமூகத்துக்காகத் தம்மை அர்ப்பணிக்க முன்வந்தார்கள். தனக்கான கடமை, தான் வாழும் வீட்டுக்கான கடமை, தனது சமூகத்துக்கான கடமை என்று அனைத்தையும் முழுமனதுடன் செய்தார்கள்.

இன்று பிள்ளைகளுக்குப் பலரும் எதைச் சொல்லிக்கொடுத்து வளர்க்கிறார்கள்? 'படி, படி' என்று மட்டுமே சொல்கிறார்கள். ஆனால், 'பிள்ளைகள் எதைப் படிக்கிறார்கள்? இதனால் இவர்கள் கற்றுக்கொள்வது என்ன? இந்த

சமூகத்திற்கு இந்தக் கல்வியால் விளையும் நன்மைகள் என்ன?" என எத்தனை பெற்றோர்கள் சிந்திக்கிறார்கள்? பல பெற்றோர்களின் ஒரே எண்ணம், தமது பிள்ளைகள் கல்விநிலையிலும், தொழிலிலும் சிறப்புற்று இருக்கவேண்டும் என்பது மட்டுமே!

'வாழும் நாட்டின் சூழலுக்கும், சமூகத்திற்கும் ஏற்றவகையில் பிள்ளைகளுக்குத் தேவையான வாழ்வியல் முறைமைகளை சொல்லிக்கொடுத்து வளருங்கள்' என்பதையே பெற்றோரின் கடமையாக வளரும் நாடுகளில் சொல்கிறார்கள். 'இதனால் தனது நாடு, தனது தாய்மொழி, தனது சமூகம் என்ற சிந்தனையுடன் இளைய தலைமுறை உருவாகும்' என்கிறார்கள்.

நாமும் நம் பிள்ளைகளுக்கு சமூகம் சார்ந்த கல்வியை வீட்டிலும் பள்ளியிலும் தருவோம். சிறுவயது முதல் அதற்கான சூழலை உருவாக்கிக் கொடுப்போம். எதிர்காலம் குறித்த பயத்தை முன்னிறுத்தி, போட்டியில் ஓடும் மனோபாவத்தை வளர்க்கக்கூடாது. தன்னை மட்டுமே உற்று நோக்கும் சுயநல மனப்பான்மையை வளர்க்க வேண்டாம். கடமைகளை உணர்ந்து வாழக் கற்றுக்கொடுப்போம்.

பிள்ளைகள் பெற்றோரிடமிருந்தே நல்லதையும் கெட்டதையும் கற்றுக்கொள்கிறார்கள். அவர்களின் முதல் பள்ளியாக வீடு உள்ளது. முதல் ஆசிரியர்களாக பெற்றோரே இருக்கிறார்கள். இதை நாம் உணர்ந்து செயல்பட்டால், சமூகத்தை நேசிக்கும் தலைமுறை உருவாகும். இனம், மொழி, சாதி, மதம், வர்க்கம் என்ற பாகுபாடு உடைந்து சமத்துவக்கல்வியும் சரிநிகர் வாய்ப்புகளும் அனைவருக்கும் கிடைக்கும்.

வளர்ப்புமுறை என்பது பாசத்தில் கட்டிப்போட்டு, கடமைகளைச் சுருக்கி, அக்கம் பக்கம் பார்க்காமல் ஓடவைப்பதில்லை. சமூகத்தைக் கொண்டாடும் வாழ்க்கையைக் கற்றுத் தருவதே நிஜமான வளர்ப்புமுறை. பகிர்தலும் புரிதலும் பாரினில் பலன் கொடுக்கும் பாடம்.

●

பயத்தை ஏற்படுத்துகிறோமா?

சுமைகளைக் கண்டு துவண்டு விடாதே. இந்த உலகத்தை சுமக்கும் பூமியே உன் காலடியில்தான்!

— சுவாமி விவேகானந்தர்

"அப்பா! நாளை எனக்கு வேலைக்கான நேர்முகத்தேர்வு" என்றான் மாறன்.

"அப்படியா? நீ நன்றாகச் செய்வாய்" என்றார் அப்பா.

"இப்படித்தான் கடந்த முறையும் நம்பினோம். ஆனால், கோட்டைவிட்டு வந்தான். எனக்கென்னவோ இந்த வேலை இவனுக்குச் சரிப்பட்டுவராது என்றே தோன்றுகிறது" என பயம் காட்டினாள் அம்மா.

அதுவரை தைரியமாக இருந்த மாறனை அம்மாவின் பேச்சு உலுக்கியது. 'வேலை கிடைக்காமல் போய்விட்டால்' என்ற கேள்விக்கு பயத்தோடு விடை தேடினான்.

எதிர்காலம் குறித்த பயமே பல குடும்பங்களை வதைக்கிறது. 'வாழ்க்கையைத் தொலைத்துவிடுவோமோ' என்று சிலரும், 'தொலைந்து விடுவோமோ' என்று பலரும் ஓடிக்கொண்டே இருக்கின்றார்கள். இதனால் தம்மையும் அறியாமல் தமக்குள் பரபரப்பு வைரஸ் ஒன்றை சுமந்துகொண்டு அவஸ்தைப்படுகின்றனர். சுயசிந்தனை இல்லாமல் தம்மையும் வருத்தி, பிள்ளைகளையும் வருத்துகின்றனர்.

இன்றைய பெற்றோர்களை இருவகையாகப் பிரிக்கலாம். முதல் வகையினர், தேவைகளை சுருக்கிக்கொண்டு வாழ்கின்ற பெற்றோர்கள்.

இவர்கள் நிதானமாக யோசித்து முடிவுகளை எடுக்கின்றனர். எந்த முடிவையும் 'நம் குடும்பத்துக்கு சரிவருமா? சமூகச்சூழலுக்கு பொருத்தமாக இருக்குமா?' என்று தெளிவாக யோசித்து எடுக்கின்றனர். குடும்ப உறுப்பினர்கள் கலந்துரையாடி முடிவுசெய்யும் சூழலை ஏற்படுத்துகின்றனர்.

பிள்ளைகளின் கருத்துகள், விருப்பங்களை ஏற்கின்றனர். அவர்களின் உடல் மற்றும் மனநலனில் அக்கறை காட்டுகின்றனர். அவர்களின் தனிப்பட்ட எண்ணங்கள், சுய ஆளுமைகளை உன்னிப்பாக கவனிக்கின்றனர். தம் பிள்ளைகளின் சுய ஆளுமை சிதைக்கப்படக்கூடாது என அக்கறையுடன் இருக்கின்றனர். திட்டமிட்டு வாழப் பழகிக் கொள்வதால், பிள்ளைகளுக்கு தம்மால் முடிந்ததை சரியாகக் கொடுக்கவேண்டுமென்று அக்கறைப்படுகின்றனர்.

இதனால் வளர் இளம் பருவத்தினர் பதற்றமின்றி சிந்திக்கவும், செயலாற்றவும், வாய்ப்புகளும் வழிமுறைகளும் இருக்கின்றன. அன்போடும் அக்கறையோடும் வழிநடத்திச் செல்லும் பெற்றோர்களின் நெருக்கம் அவர்களை தன்னம்பிக்கையுடன் வைத்திருக்கிறது.

இத்தகைய சூழலில் வளரும் பிள்ளைகளுக்கு அதிகமான பாராட்டுகளும் உற்சாக வார்த்தைகளும் உந்து சக்திகளும் நாளும் பொழுதும் கிடைத்துக்கொண்டே இருக்கின்றன. வாழ்வில் சாதித்து ஹீரோக்களாக மாறுகின்றனர். இந்த கொண்டாட்டச்சூழலே அவர்களின் தன்னம்பிக்கையை மெருகேற்றுகிறது. மற்றவர்களின் பார்வைக்காக வாழாமல், தமக்காக வாழவும் ரசிக்கவும் கற்றுக்கொடுக்கின்றது. மாற்றுவழிகளைத் தேட உந்துகிறது. விழுந்தாலும் எழமுடியுமென்று கற்றுக்கொடுக்கிறது. தன்னையும் பிறரையும் நேசிக்கும் சந்தர்ப்பங்களை வாரி வழங்குகிறது.

இரண்டாவது வகையினர், தங்களுக்கு எது தேவையென்றே அறியாது ஓடிக்கொண்டேயிருக்கும் பெற்றோர்.

இவர்கள் தமக்கான வாழ்க்கையை வாழாமல், யாரோ ஒருவரின் வாழ்க்கையை வாழ்ந்துகொண்டிருப்பார்கள். எது தமக்கும் தமது பிள்ளைகளுக்கும் தேவை என்றோ, அல்லது எது அவர்களுக்கு சாத்தியப்படுமென்றோ யோசிப்பதற்குத் தயங்கும் மனிதர்கள். மற்றவர்களோடு தங்களையும் பிள்ளைகளையும் ஒப்பீடு செய்து, ‘நம்மை அவர்கள் என்ன நினைப்பார்களோ’ என்று எப்போதும் கவலையில் இருப்பார்கள்.

பெற்றோரின் மனதில் ஏறிக்கொள்ளும் இந்த அழுத்தம், வீட்டில் வளர்கின்ற பிள்ளைகளை பன்மடங்கு தாக்குகிறது. பிள்ளைகளை வார்த்தைகளால் காயப்படுத்துவார்கள். யாரோ ஒருவரின் விருப்பங்களை, கனவுகளை தம் பிள்ளைகள் மேல் சுமத்திவிட்டு, நல்ல விளைவுகளுக்காகக் காத்திருப்பார்கள். ‘தோல்வியடைந்து விடுமோ’ என்ற எண்ணமே இவர்களுக்குள் எப்போதும் இருக்கிறது. இந்த எதிர்மறை எண்ணம் ஏன் மீண்டும் மீண்டும் தோன்றுகிறதென்று சிந்திப்பதில்லை.

நம் ஆழ்மனது நமது செயலின் தன்மையைக் கோடிட்டுக் காட்டும். அதன் குரலை உணர்ந்து சிந்தித்து செயல்பட்டால், வாழ்க்கையின் தடைகளை எளிதாகத் தாண்டலாம். பெற்றோரில் பலர் ஆழ்மனதின் குரலை ஒதுக்கிவிட்டு, வெற்றிக்காக தம்மையும் வருத்தி தம் பிள்ளைகளையும் வருத்துகின்றனர். இதனால் பணவிரயம், காலவிரயம், பயம், பரபரப்பு என குடும்பம் சிதைகிறது.

இனிமையான குடும்பச்சூழலை அனுபவிக்காமல், இயந்திரமாக இயங்குவது மட்டுமே வெற்றியென பிள்ளைகளும் கற்கின்றனர். போட்டி மனப்பான்மை, நிம்மதியற்ற நிலை, சுயசிந்தனை மழுங்கல், மாற்றுவழிகளை அறியாச்சூழல், எதிர்காலம் குறித்த பயம் இப்படி பலவற்றை தமக்குள் பதுக்கிக்கொள்கின்றனர்.

நிலைதடுமாறிய பெற்றோர்கள், தம் பிள்ளைகளின் நிலையை மிகவும் கவலைக்குரியதாக மாற்றிவிடுகின்றனர். பிள்ளைகளின் தனித்தன்மையை உணர்வதில்லை. உணர்ந்தாலும் அதை மாற்றியமைக்க வேண்டுமென்று நினைக்கிறார்கள். இப்படி செயற்கைத்தனத்தை இயல்புக்குள் திணிக்கின்றனர்.

உடல் தோற்றம், உண்ணும் உணவு, உடுக்கும் உடை, கற்கும் கல்வி, பழகும் நண்பர்கள், பார்க்கும் காட்சிகள், பேசும் மொழிகள், ரசிக்கும் கலைகள், செய்யும் தொழில்கள் என்று அனைத்திலும் பெற்றோர்களின் எண்ணமே பிள்ளைகள் மீது தாக்கம் செலுத்துகிறது.

எண்ணமே தவறாக இருப்பதால், தாம் எண்ணுவதை பிள்ளைகளுக்கு எப்படிப் புரியவைப்பது என்று புரியாமல் வார்த்தைகளைச் சுருக்கி எதிர்பார்ப்புகளை முன்னிறுத்துகின்றனர். பெற்றோர்களுக்கும் பிள்ளைகளுக்கும் இடையிலான இயல்பு உரையாடல் குறையத் தொடங்குகிறது.

'சரியாகச் செய்யவேண்டும்' என்ற வார்த்தைக்கு மட்டுமே பழக்கப்பட்டு வந்த பிள்ளைகள், 'தவறாகச் செய்துவிட்டால் என்ன செய்யலாம்' என யோசிப்பதில்லை. மறுபக்கத்தில் கிடைக்கும் அனுபவங்கள், முயற்சிகள், தேடல்கள் போன்றவற்றை அறிவது மிகக் குறைவு. திடீரென ஒரு சிக்கல் அல்லது தோல்வியை சந்திக்கும்போது பயம் தலைவிரித்தாடுகிறது. மனம் எதிர்மறையான எண்ணங்களையே சேமிக்கும். இதனால் பிறரின் ஒரு வார்த்தையில் அல்லது ஒரு செயலில் நிலைதடுமாறி வீண் கற்பனைகள், கவலைகள் மேலோங்கி தம்மைத்தாமே வெறுக்கவும் அழிக்கவும் முயல்கின்றனர் எனலாம்.

வாழ்க்கை என்பது எதிர்காலத்திற்கானதல்ல; இந்த நிமிட சூழலுக்கும் தேடலுக்குமானது. ரசித்து வாழுங்கள். அப்போதுதான் சிந்திக்கும் திறன் வளரும். வாழ்க்கை குறித்த பயம் தொலையும். வளரிளம் பிள்ளைகளுக்கு இச்சூழலைப் பரிசளியுங்கள்.

●

குறை கூறுவதால் திருந்த முடியுமா?

குறைகளை சுட்டிக் காட்டுவதை விட்டு விட்டு நிறைகளைக் காண்பதே சிறந்த பலன் தரும்.

– கல்வியாளர் டைசகு இக்கிடா

"இன்று கல்லூரியில் நடந்த விளையாட்டுப்போட்டிகள் யாவற்றிலும் நானே முதலிடம். அதனால் நான்தான் சாம்பியன்" என்று வானத்துக்கும் பூமிக்குமாக குதித்தான் கதிர். "எனக்குத் தெரியும், நீ என்னைப் போல. எங்கு சென்றாலும் சாதனை, சாதனை" என்று சொல்லி மீசையை முறுக்கி மனைவியைப் பார்த்துப் பெருமிதப்பட்டார் அழகேசன்.

"கடந்த முறை அவன் கோட்டை விட்டபோது 'உன் பிள்ளை மக்கு' என்றீர்களே" என கணவரைக் காலம் பார்த்து காலை வாரி குறைபட்டாள் மரகதம்.

எதிர் வீட்டில் மற்றொரு காட்சி. "என்னடா? விளையாட்டுப் போட்டி என்று விழுந்து விழுந்து பழகினாய். இன்றைக்குத்தானே போட்டி. ஆயிரம் ரூபாய்க்கு டி ஷர்ட், ஷூ அது இதுவென்று வாங்கினாய். இப்போது கோழி களவாடியவன் போல அமுக்கமாக இருக்கிறாய். எத்தனையாவது இடம்?" அதிகாரத்துடன் அரவிந்தனிடம் கேட்டார் அப்பா.

பதில் சொல்லாமல் தரையைப் பார்த்தான் அரவிந்தன்.

"எனக்குத் தெரியும், உனக்கு எதுவும் வராது என்று. படிப்புதான் வரவில்லை. சரி, விளையாட்டாவது வருகிறதா? ம்ஹூம். காசைக் கட்டி கம்ப்யூட்டர் பயிற்சிக்கு விட்டோம். அங்கும் குறைதான்."

"அதற்கு நான் பொறுப்பில்லை" என்று குறுக்கிட்ட அரவிந்தன், "அவங்க கேட்ட கம்ப்யூட்டரை உங்களால் வாங்கித்தர முடியவில்லை" என்று தந்தையைக் குறை கூறினான்.

"வாங்கித் தந்திருந்தால் மட்டும் என்ன? நீ ஒன்றுக்கும் உருப்படவே மாட்டாய்" என்று அப்பா வசை பாடினார்.

இதை வாசிக்கின்ற ஒவ்வொருவருக்கும் இதுபோன்ற பலதரப்பட்ட குடும்பச்சூழல் கண்களின் முன் நிழலாடும். ஆனாலும் பெற்றோர்களாக, ஆசிரியர்களாக, வளர்ந்தோர்களாக நாம் நினைப்பது ஒன்றுதான். "பிள்ளைகளைக் குறைகூறுவது எல்லாம், அவர்கள் திருந்த வேண்டும் என்ற அக்கறையில்தான்" என்று சொல்வோம். உண்மையில், 'குறைகளைச் சுட்டிக்காட்டுவது என்பது தவறான வளர்ப்புமுறை' என உளவியலாளர்கள் கருதுகின்றனர்.

'அப்படியென்றால்? இல்லாத பொல்லாதவற்றை புகழச் சொல்கிறீர்களா?' என்று சற்று கோபத்தோடு கேட்பது புரிகிறது. 'இருப்பதைப் புகழுங்கள், கொண்டாடுங்கள்' என்பதே உளவியலாளர்கள் வாதம்.

பெற்றோரின் எண்ணம், தங்கள் பிள்ளைகள் யாவற்றிலும் சிறப்புடன் திகழவேண்டும் என்பதே! அதற்காக தட்டிக் கொடுப்பதில்லை. மாறாக பணத்தைக் கொட்டிக் கொடுக்கின்றனர். இன்னும் சிலர் கொட்டித் தீர்க்கின்றனர். இதனால் அவர்களிடமுள்ள நிறைகளை கண்டுகொள்ளத் தவறிவிடுகிறார்கள். 'யாவற்றிலும் வெற்றி அடைபவனே கொண்டாடப்படவேண்டியவன்' என்ற பிற்போக்கான எண்ணம் நம்மில் பலருக்கு உண்டு. இதனால் நம் பிள்ளைகளின் சின்னச் சின்ன வெற்றிகளைப் பாராட்டுவதில்லை. 'பெரிதாக ஒன்று வரும்போது பார்த்துக்கொள்வோம்' என்று நாமே முடிவு செய்துவிடுகிறோம்.

ஐந்தறிவு உயிரினம் முதல் பகுத்தறிவுள்ள மனிதன் வரை பாராட்டுதல்களே பழக்கவழக்கத்தை பண்படுத்த உதவுகிறது என்பதை நாம் உணர்வதில்லை. கடிக்கும் நாயை 'கடிநாய்' என்று சொல்லிச் சொல்லி அதற்கேற்ப அதனுடன் மூர்க்கத்தனமாகப் பழகினோம் என்றால், அது வெறிநாயாக கூட மாறிவிடும்.

அதுபோலவே நம் பிள்ளைகளை குறைகளை மட்டும் சொல்லிச் சொல்லி அவர்களது நிறைகளைக் கண்டுகொள்ளாது கடக்கும்போது 'குறையுள்ள மனிதனாக' அவர்களது ஆழ்மனம் நினைத்து, அதன்வழியே அவர்களை வடிவமைக்கிறது. இதனால், 'பாராட்டும் அளவிற்கு எந்தத் தகுதியுமற்ற ஒருவர்' என தம்மைப் பற்றி நினைத்து, மனதளவில் சோர்ந்து, செயலளவில் உற்சாகமற்றவர்களாக மாறிவிடுகின்றனர் சிலர். இன்னும் சிலர், 'எனக்குக் கிடைக்காத பாராட்டை யாரும் பெறக்கூடாது' என்று பொறாமைக்குணம் கொண்டவர்களாக மாறிவிடுகின்றனர். வேறு சிலரோ, 'நீ பாராட்டாமல் விட்டால் என்ன? என்னைப் பாராட்டுபவரை என்னால் தேடமுடியும்' என்று தவறான நட்பு வட்டத்துக்குள் சிக்கிவிடுகின்றனர். மிகச் சிலரே இதைத் துடைத்துப் போட்டுவிட்டு ஏதோ ஒரு வீராப்பில் தம்வழியில் செல்கின்றனர்.

இவர்கள் எல்லோருமே குறைகளுக்குப் பழகி, பாராட்டுக்கு ஏங்கி, பல்வேறு உளவியல் சிக்கல்களை அனுபவிப்பவர்கள் என்பது மறுக்க முடியாத உண்மை. குறைகளைக்கூட பாராட்டுதல் வழியாக சுட்டிக்காட்ட முடியும் என்கின்றனர் உளவியலாளர்கள். "நீ விளையாட்டில் பங்கேற்றதை நினைத்தால் பெருமையாக இருக்கிறது. உண்மையில் உனக்கு அந்தத் திறன்

இருக்கிறது. நீ திறமைசாலி" என்று சொல்லலாம். தான் வெற்றி பெறவில்லை என்ற உணர்வை ஆழமாக பிள்ளைகளால் உணரமுடிவதோடு, 'வெற்றி பெற்றால் நம்மைக் கொண்டாடுவார்கள்' என்ற உணர்வு அவர்களுக்கு ஏற்படும். அது அவர்களுக்கு உந்துசக்தியைக் கொடுத்து ஜெயிக்க வைக்கும். நிறைகளை அதிகமாக சுட்டிக் காட்டும்போது குறைகள் தானாக சரி செய்யக்கூடியவையாக ஆகிவிடும்.

அதேசமயம் வெற்றிக்காக மட்டும் பாராட்டுக்கள் இல்லை என்பதை வளர்ந்தோர்கள் உணர வேண்டும். ஒரு செயலுக்காக கொடுக்கப்படும் ஆர்வம், முயற்சி, விருப்பு போன்றவற்றையும் தட்டிக்கொடுத்துப் பாராட்டுதல் அவசியம். இதைப் பெற்றோர்கள் வழக்கமாக்கிக்கொண்டால், பிள்ளைகளின் தன்னம்பிக்கை அதிகரிக்கும். விடாமுயற்சியோடு எதையும் செய்யும் பக்குவத்தை அடைகின்றனர். வளர்ந்து பெரியவர்களாகும்போது, தம்மோடு பயணிப்பவர்களை ஊக்குவிக்கவும், அவர்களை மனம்திறந்து பாராட்டவும் கற்றுக்கொள்கின்றனர்.

குறைகளை மட்டுமே அதிகமாக கேட்டு வளரும் பிள்ளைகள் எளிதில் மூர்க்கம் அடைபவர்களாகவும், விரக்தி உள்ளவர்களாகவும், எதிர்மறை எண்ணங்களை வளர்ப்பவர்களாகவும் மாறிவிடுகின்றனர். தம்மோடு பயணிப்பவர்களிடம் குறையை மட்டுமே காண்பவர்களாக வளர்கின்றனர்.

'திருந்துவதற்காக' என்ற எண்ணத்தோடு சொல்லப்படும் குறைகள் திருத்தப்படுவதில்லை. அவை மேலும் பல பிழைகளுக்கும் இயலாமை நிலைக்கும் அனேக பிள்ளைகளைத் தள்ளிவிடுகிறது. தம் தவறுகளை உணர்வதற்கு உரிய சூழலை விரும்பாமல், அந்த சூழலை எப்படியாவது கடப்பதற்கான வழிகளை மட்டுமே தேட முயல்கின்றனர். பிரெஞ்சு நாட்டின் புகழ்பெற்ற கட்டுரையாளரான ஜோசப் யுபர்ட் இப்படிக் கூறுகிறார், 'குழந்தைகளுக்கு குறைசொல்லிக் கொண்டிருக்கும் விமர்சகர்கள் தேவையில்லை. அவர்களுக்கு நல்ல முன்மாதிரிகள் மட்டுமே தேவை.'

குறையற்ற மனிதர்கள் இல்லை என்ற உணர்வுள்ள பெற்றோர்களாக மாறுவோம். முன்மாதிரிகளாக வாழ்வோம், வழிகாட்டுவோம்.

●

உணர்வுகளை மதியுங்கள்... முரண்பாடுகளை உணர்த்துங்கள்..!

தவறுகளே ஒருவருக்கு மிகச் சிறந்த ஆசிரியர். பல தவறுகள் கற்றுத் தருவதை, வேறு யாரும் போதிக்கமுடியாது.

– யாரோ

"அம்மா, உங்களிடம் பேசவேண்டும்" என்று இழுத்தாள், பதினெட்டு வயது தமிழினி.

"சொல்" என்றவாறு நெற்றிப்பொட்டுச் சுருங்க மகளின் வார்த்தைகளுக்காகக் காத்திருந்தாள் அம்மா.

"வந்து... என் பள்ளித்தோழன் ரகு பற்றி என்ன நினைக்கிறீர்கள்?" என்று மகள் நேரடிக் கேள்வி எழுப்பியபோதே அம்மாவின் அனுபவம் தலைக்குள் சமிக்ஞை கொடுத்துவிட்டது.

"இப்போது திடீரென்று அவனைப் பற்றி ஏன் கேட்கிறாய்?" என்று எரிந்து விழுந்தாள் அம்மா.

தாயின் குரல் மாற்றத்தில் தன்னை நிலைப்படுத்திக்கொண்ட தமிழினி, "ஒன்றுமில்லை அம்மா, சும்மாதான். அவன் கல்லூரியில் முன்புமாதிரி படிப்பதில்லை" என்று கதையொன்றை உருவாக்கி சூழ்நிலையை சமாளித்து, தாயின் எச்சரிக்கை மூளையை ஏமாற்றிவிட்டு நகர்ந்தாள் மகள்.

இன்றைய வளரிளம் பிள்ளைகள் தமது எண்ணங்களை, தேவைகளை, பெற்றோரிடம் வெளிப்படையாகப் போட்டு உடைக்கின்றனர். 'இது உங்களுக்கான தகவல்' என்ற ரீதியில் சொல்லிவிட்டு, தமது வேலைகளை எந்தவித பதற்றமும் இன்றி பார்க்கத் தொடங்கிவிடுகின்றனர். அவர்களைப் பொறுத்தவரையில் 'தவறு' என்ற எண்ணம் துளிகூட உறுத்துவதில்லை. ஏனெனில் தவறு என்பது தவறிச் செய்வதுதான். வேண்டும் என்று

செய்யப்படுவது அல்ல. தவறுதல் இயல்பு. தவறால் யாரும் எதையும் சாதிக்கமுடியாது. இது உலக உண்மை.

அவர்களின் எண்ணங்கள் சரியாகவும், தேவைகள் அவசியமானதாகவும் இருந்தால் பெற்றோர்களுக்கு சிக்கல் இல்லை. தவறாக இருக்கும் பட்சத்தில், குற்றம் சுமத்தாமல், தண்டனை கொடுக்காமல், அவர்களை சரியாக வழிநடத்திச் செல்ல வேண்டிய பொறுப்பு பெற்றோர்களுக்கு உண்டு.

இன்றைய காலகட்டத்தில் வளரிளம் பருவத்தினர் பலரும் தமக்கும், தமது குடும்பத்துக்கும், தாம் வாழ்கின்ற சமூகத்துக்கும் பொருத்தமற்றதையே அதிகமாக ரசிக்கின்றனர். அவற்றையே தம் தேவைகளாகவும் கருதுகின்றனர். உலக மயமாக்கல் காரணமாக ஓராயிரம் நன்மைகள் கிடைத்தன என்றால், நூறாயிரம் தீமைகளையும் நம்மை அறியாமல் நாம் அனுபவித்துக் கொண்டிருக்கிறோம்.

குறிப்பாக ஒவ்வொரு இனக் குழுவுக்குமான அடையாளங்கள், ஒழுங்கு விதிகள் காலம் காலமாக கட்டிக்காக்கப்பட்டு வருகின்ற காரணத்தால் மட்டுமே கலாசாரமும் நாகரிகமும் மெருகேறுகிறது என்று சொல்கிறோம். ஆனால், நமது வளரிளம் பிள்ளைகள் தமது இனத்துக்கான அடையாளக் குறியீட்டுக்குள் தம்மை அடைத்துக்கொள்ள விரும்புவதில்லை. மொழி முதற்கொண்டு கல்வி, உணவு, உடை, பழக்கவழக்கம் என்று அனைத்திலும் வேற்று இனத்துக்கான அல்லது வேற்று நாட்டுக்கான குறியீடுகளையே தம்மில் நிலைநிறுத்த முயல்கின்றனர். அறிவு வளர்ச்சி, நாகரிக மாற்றம், பண்பட்ட சிந்தனை என பல காரணங்களைச் சொல்லி இதை நியாயப்படுத்துகின்றனர். பல குடும்பங்களில் பெற்றோர்கள் கூட இதை ‘சரி’ என்பதும் உண்டு.

உண்மையில் இது சரியான வாழ்வியல் வளர்ச்சி முறையா? மாற்றங்களை ஏற்பதும், அதற்கேற்ப தம்மை மாற்றியமைத்துக்கொண்டு தெளிந்த சிந்தனையுடன் வாழ்வதும் தவறில்லை. ஆனால், தம்மையும், தம் குடும்பத்தையும், தாம் வாழ்கின்ற சமூகத்தையும் பாதிக்காத பொருத்தமான தேவைகளைத் தேர்வு செய்து வாழ்வதே சிறந்த வாழ்வியல் ஒழுங்கு விதி. இப்படி நாம் நமது வளரிளம் பிள்ளைகளை வழிப்படுத்த முன்வரவேண்டும் என்பதே சமூக நல ஆய்வறிஞர்களின் கருத்தாக உள்ளது. இதற்கு முதலில் பெற்றோர்கள் தயாராக வேண்டும். வாழ்வியல் மாற்றங்களை மனதில் நிலைநிறுத்திக்கொண்டு, சமூக மாற்றங்களை உற்று நோக்கிவர வேண்டும்.

வெளியுலகில் பெற்றோர் பெறுகின்ற பலதரப்பட்ட அனுபவத் தகவல்கள், தமது பிள்ளைகளின் உணர்வுகளை செவிகொடுத்துக் கேட்க உதவும். அவர்களுடன் வெளிப்படையாக கலந்துரையாடவும் வழிகாட்டும். பிள்ளைகளிடம் உள்ள பொருத்தமற்ற எண்ணங்களைப் புரியவைப்பதற்கும், நிதானம் இழக்காமல் தொடர் உரையாடல்களை நகர்த்திச் செல்வதற்குமான சூழலைக் கூட இது ஏற்படுத்தும்.

பருவ மாற்றங்கள், நட்பு வட்டாரங்கள், பழகும் சூழல், சமூக வலைதளங்கள் என்று பலதரப்பட்ட காரணிகளுக்குள் சிக்கி தமக்கான தேவைகளைத்

தெளிவுடன் அறியமுடியாமலோ, அல்லது உணர முடியாமலோ பல பிள்ளைகள் இருக்கிறார்கள். தங்களுக்கு 'சரி' என்று படும் வழியில் செல்லும் பிள்ளைகளை சட்டென நிறுத்தாமல், அவர்களோடு கைகோர்த்துச் சென்று நேர்வழிப்படுத்தவும் பெற்றோர்களுக்கு இது வாய்ப்பளிக்கும்.

யாவற்றுக்கும் மேலாக, தமது பிள்ளைகளின் எண்ணங்களில் ஏற்பட்ட மாற்றங்களுக்கு எது காரணமாக இருக்க முடியுமென்ற தேடல் பெற்றோர்களுக்குள் கேள்வியாக ஏற்படும். அப்போது, தமது செயல், வீட்டுச்சூழல், தமக்கும் பிள்ளைகளுக்குமான உறவின் பிணைப்புநிலை போன்றவற்றை பலமுறை சுயபரிசோதனை செய்வதற்கு வாய்ப்பு கிடைக்கிறது.

இங்கு பெற்றோர்கள் முன்மாதிரிகளாக அல்லது சிறந்த அறிவாளிகளாக இருப்பதைவிட, தமது பிள்ளைகளின் உணர்வுகளை மதிக்கத் தெரிந்த மனிதர்களாக இருப்பதே சரியாகும். ஏனெனில், தமது பிள்ளைகளின் முரண்பாடுகளை எந்த பெற்றோராலும் ஏற்க முடிவதில்லை. 'முதலில் நீ என் பிள்ளை' என்ற உரிமையும் அதிகாரமும் முன்நிற்க, கேள்விகள் முரண்படுகின்றன. வார்த்தைகள் எல்லை மீறுகின்றன. வருத்தங்கள் அதிகரிக்கின்றன. உணர்வுகளுக்குள் சிக்கி அழுகை, கோபம், ஆர்ப்பாட்டம் என்று முரண்பாடு மேன்மேலும் முறுக்கேறுகிறது.

இது முரண்பட்ட எண்ணங்களையும், தேவைகளையும் சரிசெய்யாது என்பதே முடிவு. உங்கள் வளரிளம் பிள்ளைகளின் உணர்வுகளுக்கு மதிப்பளியுங்கள்; அதேவேளையில் முரண்பாடுகளை முறையோடு புரியவைக்கவும் தவறாதீர்கள். இதற்கு நேரம் எடுக்கும். ஆனாலும், உங்களது தெளிவான அணுகுமுறைகள் காலத்திற்கேற்ற அனுபவத்தை சுமக்கின்றபோது, முரண்பாடுகளை முறைப்படுத்த அவர்கள் முயல்வார்கள். முன்மாதிரிகளாக மாறவும் முனைவார்கள். முறையான ஒழுங்கு மீண்டும் முனைப்போடு தொடரவும் வாய்ப்புண்டு.

●

அவன் போல இவனா?

ஓர் இலக்கை அடைவதற்கு மனப்பூர்வமாகத் தீர்மானித்துவிட்டால், இந்த பிரபஞ்சமே திட்டமிட்டு உங்களுக்கு அந்த இலக்கை அடையத் துணை செய்யும்.
– எமர்சன்

"எனது மகள் தமிழினி படிப்பில் கெட்டிக்காரி. நடந்து முடிந்த ஸ்காலர்ஷிப் பரீட்சையில் மாகாண அளவில் இவள்தான் முதல் இடம். இனி எனக்கு எந்தக் கவலையும் இல்லை. மேற்படிப்புக்காக லண்டன் அனுப்புவதற்கு அவளின் அப்பா விரும்புகிறார். அது சரி, உன் மூத்த மகன் என்ன செய்கிறான்?" என்று கேள்வி எழுப்பினாள் மங்கை.

மங்கையின் பெருமையான பேச்சில் அங்கலாய்ப்பு அடைந்த மனதோடு தவித்துக்கொண்டிருந்த மஞ்சரியால் உடனடியாக பதிலளிக்க முடியவில்லை.

சமாளித்துக்கொண்டே, "அவன் இப்போது பல்கலைக்கழகத்தில் மூன்றாம் வருடம் படிக்கிறான்" என்று சொல்லிவிட்டு மௌனித்தாள்.

"கெட்டிக்காரன்! என்ன படிக்கிறான்? மருத்துவம்தானே" என்றாள் மங்கை.

"ஆமாம்" என்று பரபரப்பாக பதிலளித்தாள் மஞ்சரி.

அப்போது கால்பந்தும் கையுமாக உள்ளே வந்த சந்துரு, "ஹாய் ஆன்ட்டி" என்றான். மஞ்சரி முகம் வெளுத்தது. "ஆன்ட்டி உன்னிடம் எப்போது மருத்துவம் பார்ப்பது?" என்றாள் மங்கை.

"என்னிடம் மருத்துவம் பார்க்க முடியாது ஆன்ட்டி. ஆனால் நான் வாசிக்கின்ற செய்தியை தொலைக்காட்சியில் விரைவில் கேட்கலாம். எனக்கு ஊடகத்துறையில் மிகவும் நாட்டம். அதனால் அத்துறையில் படித்துக்கொண்டிருக்கிறேன்" என்று பதில் சொன்னவன், "நீங்கள் பேசுங்க" என்றவாறு நகர்ந்தான்.

ஒவ்வொரு வீட்டிலும் பிள்ளைகள் மேற்குறிப்பிட்டது போன்று சில துறைகளில் மட்டும் கல்வி கற்பவர்களாக இருப்பதே சிறப்பு எனவும், மதிப்பு எனவும், அறிவின் உச்சமெனவும் பெற்றோரும் மற்றோரும் கருதுகின்றனர். ஆனால் காலமாற்றத்தில் கல்வி நிலையிலும், இதர துறைகளிலும் நவீன கற்றல் கற்பித்தல் உத்திகள் எந்தளவு தாக்கம் செலுத்திவருகின்றன என்பதை பலர் அறியவில்லை. மருத்துவம், சட்டம், பொறியியல் போன்ற துறைகளைக் கடந்து எண்ணற்ற துறைகள் இன்று வளரிளம் பருவத்தினரின் விருப்பில் ஆதிக்கம் செலுத்திவருகின்றன.

எந்தத் துறையையும் ஏளனமாக ஒதுக்க முடியாது. கணினி உலகத்தில் கண்கட்டு வித்தை போல கணக்கற்ற திறமையாளர்கள் நாளும் பொழுதும் உருவாகிக்கொண்டு இருக்கிறார்கள். இதையெல்லாம் பார்த்துவிட்டு, 'ஏதோ ஓரிரு துறைக்குள் நுழைந்து படித்து பட்டம் பெற்று பதவி சுமந்து பணம் சம்பாதித்தால் மட்டுமே வாழ்வில் வெற்றியாளர்' என்று சிலர் கருதுவது வேதனைக்குரியதே! இவ்வாறான சிந்தனை கொண்ட பெற்றோர்களின் விழிப்புணர்வற்ற மனோநிலையினால்தான் வளரிளம் பருவத்தினர் பலர் உளவியல் சிக்கலுக்கு ஆட்பட்டு வருகின்றனர்.

ஒவ்வொரு மனிதனும் தனித்தன்மை கொண்டவன்; சுதந்திர சிந்தனை நிறைந்தவன். 'நமது பிள்ளைகள்' என்ற உரிமையில் அவர்களது தனித்தன்மையில் பெற்றோர்கள் ஆதிக்கம் செலுத்தும்போது, பிள்ளைகளின் சுதந்திரமான சிந்தனை மறுக்கடிக்கப்படுகிறது. தாங்கள் சிந்திப்பது போலவே பிள்ளைகளும் சிந்திக்க வேண்டும் என்று பெற்றோர்கள் கட்டாயப்படுத்துகின்றனர். இதற்காக உணர்வுகளால் பிள்ளைகளை வீழ்த்தப் பார்க்கிறார்கள். 'உனது எதிர்காலத்துக்காகவே சொல்கிறேன்', 'உன் நன்மைக்கே இது', 'நீ உழைத்து எங்களுக்கா தரப்போகிறாய்', 'நீ படிப்பதற்காகவே நான் கஷ்டப்படுகிறேன்', 'உன் கையில்தான் நம் குடும்ப மானம் இருக்கிறது', 'என் ஆசை நிறைவேறவில்லை, நீயாவது இதை நிறைவேற்று' என்பது போல ஏதோ ஒன்றைச் சொல்லி, பிள்ளைகளைத் தங்கள் விருப்பு வெறுப்புகளை வெளிப்படையாகப் பேசவிடாது முடக்கிவிடுகின்றனர்.

வயது மற்றும் அனுபவமற்ற சமூகச் சூழல், பெற்றோர் மீதான பாசம், பயம், மதிப்பு இப்படி பல்வேறு காரணிகளால் சுமக்க முடியாத சுமைகளை சுமக்க முயல்கின்றனர் வளரிளம் பருவத்தினர். அவர்களிடம் அடிப்படையான கற்றலுக்கான விருப்பம், கற்றலுக்கான வலிமை, மனதை ஒருமுகப்படுத்தி முயற்சி செய்வது போன்றவை இல்லாத பட்சத்தில் வகுப்பறை சார்ந்து பெரும் சிக்கல்களை அனுபவிக்க நேரிடும். இதனால் தமது சுயதிறன் மீது சந்தேகம் கொள்வதோடு, பயத்தின் பிடியில் மறைமுகமாக சிக்கி விடுகின்றனர். தூக்கமின்மை, சோர்வு, கவலை என்று உளவியல் சிக்கலுக்கான அடிப்படைக் காரணிகள் இவர்களை ஆட்கொள்ளத் தொடங்குகின்றன. தமது பிள்ளைகள் மீது அதீதமான அக்கறையும் அன்பும் கொண்ட பெற்றோரே, இப்படி மறைமுகமாக பிள்ளைகளை உளவியல் சிக்கலுக்குள் சிக்க வைக்கின்றனர் என்பது அவர்களே அறியாத விஷயம்.

இந்த இடத்தில் ஹான்ஸ் ட்ராக்ஸ்லர் வரைந்த கேலிச்சித்திரம் ஒன்று சொல்லும் கருத்தை விவரிப்பது பொருத்தமாக இருக்கும். இந்த சித்திரத்தில் சிறு பறவை, குரங்கு, பெங்குவின், யானை, சிறு பாத்திரத்துள் மீன் என்று பல உயிரினங்கள் வரிசையாக நிற்கின்றன. அவற்றுக்கு பின்புறத்தில் பெரிய மரம் ஒன்று உள்ளது. அவர்களின் திறமையை ஒரேவிதமான தேர்வில்

தீர்மானிக்க வேண்டும் என்று, ஆசிரியர் அவர்களை மரத்தில் ஏறும்படி கட்டளையிடுகிறார். மீனுக்கோ, யானைக்கோ இது எப்படி நியாயமான தேர்வாக இருக்க முடியும்?!

பிள்ளைகளின் தனிப்பட்ட ஆளுமை, கற்றல் திறன், கற்றலுக்கான ஆர்வம், கற்றலுக்கான வலு வேறுபாட்டை சுட்டிக்காட்டும் ஓவியர், ஒவ்வொருவரின் நிலைக்கேற்ப பள்ளியின் பாடப்பரப்பு, திட்டமிடல், கற்பித்தல் உத்திகள், ஆசிரியர்களின் செயல்திறன் இருக்கவேண்டுமென்று மறைமுகமாக உணர்த்துகிறார். 'ஒவ்வொருவரும் தனித்திறமைகள் கொண்டவர்கள். அத்திறமைகளை ஊக்குவிப்பதே சிறப்பு. அதற்கேற்ப கல்விக்கொள்கை அமையவேண்டும்' எனவும் வலியுறுத்துகிறார்.

சுவிட்சர்லாந்து நாட்டில் பள்ளி மற்றும் கல்லூரி வளாகங்களில் ஆசிரியர்கள், பேராசிரியர்கள், கல்விச்சிந்தனையாளர்களால் எளிதாகக் கையாளப்படும் எடுத்துக்காட்டாக இந்த கேலிச்சித்திரம் இன்றுவரை உள்ளது.

பெற்றோர்களுக்கும் இதுவே சிறந்த உதாரணம். தமது பிள்ளைகளின் தனித்துவமான ஆளுமையை முதலில் உணரவேண்டும்; அதை ஏற்றுக்கொள்ளவும் வேண்டும். அதற்கேற்ப அவர்களின் கற்றல்நிலை மற்றும் உயர்கல்வித் தேர்வு, தொழில் தேர்வு குறித்து தகுந்த ஆலோசனைகளை வழங்கவேண்டும். 'உன் ஆளுமைக்கேற்ப தேர்வு செய்த துறை இது. நிச்சயம் நீ சிறப்படைவாய்' என்று உற்சாகப்படுத்தினால் அவர்களின் தனிப்பட்ட சுயதிறன் வெற்றியடைகிறது. பிடித்த துறையில் படிக்கும்போது அல்லது தொழில்புரிகிறபோது மேன்மேலும் வெற்றியின் உச்சத்தை தொட வேண்டுமென்ற ஆர்வமும், வீழ்ந்தால் எழமுடியும் என்ற நம்பிக்கையும் மேலோங்குகிறது.

பிறருக்காக பிள்ளை பெற்று வளர்க்காது, உங்கள் பிள்ளையை அவர்களின் தனித்திறனோடு வளர விடுங்கள். அவர்களின் சுயதிறனை, சுயசிந்தனையை முடக்காமல், முடுக்கிவிடும் சாவியாக இருங்கள்.

சேர்ந்து பயணியுங்கள்!

எத்தகைய கல்வி தன்னம்பிக்கையைத் தந்து ஒருவரைத் தன் சொந்தக் கால்களில் நிற்கும்படி செய்கிறதோ, அதுவே உண்மையான கல்வியாகும்.

– விவேகானந்தர்

"அருணின் படிப்பு எப்படி உள்ளது சார்?" என்றார் ராகவன்.

"படிப்பில் அவன் எப்போதும் புலிதான். ஆனால், பழக்கவழக்கத்தில் பல மாறுதல்களைக் காண்கிறேன். முன்பு போல அவன் இல்லை" என்று ஆரம்பித்து ஏதோ கூறவந்த ஆசிரியரை இடைமறித்தார் ராகவன்.

"படிப்பில் அவன் கெட்டிக்காரன் என்றதே எனக்கு நிறைவைத் தருகிறது. இந்த வயதில் இந்தக்காலத்துப் பிள்ளைகள் அப்படி இப்படித்தான் இருக்கிறார்கள். எங்கள்

காலம் மாறிப்போய்விட்டது சார். எனக்கு ஒரு மீட்டிங் இருக்குது, போய் வருகிறேன்" என்று விடைபெற்றார் ராகவன்.

ஆசிரியர் தன் மகன் பற்றி சொல்ல வந்தவற்றைக் கேட்கும் தேவை தந்தைக்கு இல்லை. அவருடைய ஆர்வம், 'தனது மகன் படிப்பில் கெட்டிக்காரனா' என்ற தகவலை அறிவது மட்டுமே!

நான் எனது அனுபவத்தை சற்று பின்னோக்கி பள்ளி வளாகத்திற்குள் இழுத்துச் செல்கிறேன். பள்ளி என்பது கற்றலுக்கான இடம் என்பதில் எந்தவித மாற்றுக்கருத்தும் அன்றும் இருக்கவில்லை. ஆனால், கற்றல் என்பது தனியே பாடத்தைக் கற்பதை மட்டும் குறித்து நிற்கவில்லை என்பதே உண்மை. பள்ளி என்பது வீட்டுணர்வை, பெற்றோரின் கடமை கட்டுப்பாடுகளை, அன்புப் பரிமாற்றங்களை, அக்கறையை, ஒழுங்கு விதிகளை மாணவர்களிடம் வெளிப்படுத்தி நிற்கும் இடமாகவும் இருந்தது என்பதே உண்மை.

பெற்றோர் முதலில் ஆசிரியரிடம் கேட்கும் கேள்வி, "இவன் அல்லது இவள் வகுப்பில் எப்படி?" என்றே இருந்தது. இந்த 'எப்படி' என்ற ஒற்றை வார்த்தைக்கு பலம் அதிகம். ஏனெனில், கற்றலில் மட்டுமல்லாது யாவற்றிலும்

'எப்படி' என்று அறியும் அக்கறை பெற்றோருக்கு இருந்தது. கற்றலில் சிறந்தவனாக இருக்கும் தமது பிள்ளை இந்த வயதில் பழக்கவழக்கம், நட்பு வட்டாரம் போன்றவற்றினால் 'தவறுக்குள்' அகப்பட்டு விடுவானோ என்ற அச்சம் பெற்றோருக்கு அதிகமாகவே இருந்தது. ஏனெனில் தமது பிள்ளையை 'யாவற்றிலும் சிறந்தவன்' என்று சொல்லக் கேட்பதற்கே பெற்றோர்கள் ஆர்வப்பட்டனர்.

அத்தோடு 'பிள்ளைகளின் உடல், உளநிலையில் ஏற்படும் தவறான மாறுதல்களை எவ்வளவுக்கு எவ்வளவு விரைவாகக் கண்டறிந்து கொள்கிறோமோ அந்தளவுக்கு அவர்களை சரிநிலைப்படுத்துவது இலகுவானது' என்றும் நினைத்தனர். இதை உணர்ந்து சொல்பவர்களாக ஆசிரியர்களே இருப்பார்கள் என்று நம்பினர்.

இதனால் கற்றலுக்குக் கொடுக்கும் சரிநிகர் அக்கறையை அவர்களது உடல், உளநலம் மற்றும் பழக்கவழக்கங்களுக்கும் கொடுத்திருந்தனர் எனலாம். அதிகமான பெற்றோர்கள், 'பிள்ளைகளே உலகம்' என்று இருந்த காலம் அந்தக்காலமென்று சொல்லிக்கொள்வது சரியென்று எண்ணுகிறேன்.

இன்றைய வாழ்வியல் மாற்றங்கள், மனித மனங்களை சுருங்கச் செய்துவிட்டனவோ என்றே சிந்திக்கத் தோன்றுகிறது. இன்றைய அறிவியல் வளர்ச்சியும் தகவல் தொழில்நுட்பங்களின் பன்முகத்தன்மையும் நாளும்பொழுதும் பலதரப்பட்ட விஷயங்களை செய்திகளாகப் படம்பிடித்துக் காட்டினாலும், அவற்றில் எத்தகைய உண்மைத்தன்மை உள்ளது என்பதைக் கண்டறிய வேண்டிய அல்லது தெளியவேண்டிய கட்டாயத்துக்கு ஒவ்வொருவரும் தள்ளப்பட்டுள்ளோம்.

கர்நாடக மாநில பெண்கள் மற்றும் குழந்தைகள் மேம்பாட்டுத் துறையும் யுனிசெஃப் அமைப்பும் இணைந்து கூட்டாக 2013ம் ஆண்டில் ஓர் ஆய்வை மேற்கொண்டன. 2,500 சிறுவர்களிடம் செய்த அந்த ஆய்வில், 94 சதவிகித சிறுவர்களுக்கு பெற்றோர்களின் மேற்பார்வை இல்லை என்று கண்டறியப்பட்டது.

அதாவது, அநேகமான பிள்ளைகளுக்கு பெற்றோர்கள் இருக்கிறார்கள். ஆனால், குழந்தை வளர்ப்பு என்ற ரீதியில் சரியான விழிப்புணர்வு இல்லாமல் அவர்கள் இருக்கிறார்கள். ஒரு சாரார் 'ஹெலிகாப்டர் பேரன்டிங்' செய்யும் பெற்றோராக இருக்கிறார்கள்.

அதாவது 1969ம் ஆண்டில் வெளிவந்த 'பெற்றோர்க்கும் டீன் பருவ பிள்ளைகளுக்கும் மத்தியில்' என்கிற தன்னுடைய புத்தகத்தில் 'ஹெலிகாப்டர் பேரன்டிங்' என்கிற பதத்தை பிரயோகித்துள்ளார், டாக்டர் ஹெய்ம் ஜி.ஜினாட். அதாவது, அதீதமான அன்பு, அக்கறை, கண்காணிப்பு, பயம் என்பவற்றால் இயல்பாக வளர வேண்டியவர்களை தம் இஷ்டப்படி வளர்க்கும் குழந்தை வளர்ப்பு முறையாகும்.

மற்றொரு சாரார், 'பறவைகள், மிருகங்கள் வளர்ப்பு முறை பேரன்டிங்' ஆக இருக்கின்றார்கள். அதாவது, குறிப்பிட்ட காலம் கடந்தபின் தமக்கான சுயத்தில் அனுபவங்களைக் கற்றுக்கொள்ள பிள்ளைகளை அனுமதிப்பது.

இவை இரண்டு வழியிலும் செல்லாது, இன்னும் ஒரு சாரார் அந்த நிமிடத்தில் எது தோன்றுகிறதோ அதற்கேற்ப பிள்ளைகளை வழிநடத்தும் பெற்றோராக இருக்கிறார்கள் என்பதையும் மறுக்க முடியாது.

இத்தகைய பெற்றோர்களுக்கு பள்ளி குறித்த மாறுபட்ட எண்ணங்களே மேலோங்கியிருக்கும் என்பது மறுக்கமுடியாத ஒன்று. இந்நிலையில் ஓரளவு பிள்ளைகளின் உடல் மற்றும் உள நலனுக்காக பள்ளி மற்றும் பெற்றோர் பிணைப்பை தெளிவுபடுத்த வேண்டியது அவசியம்.

பள்ளி என்பது ஆசிரியர்களின் வழிகாட்டுதலின் கீழ் மாணவர்களுக்கு கற்பிப்பதற்கான கற்றல் இடங்களையும், கற்றல் சூழல்களையும் வழங்க

வடிவமைக்கப்பட்ட ஒரு நிறுவனம் ஆகும். இங்கு மாணவர்கள் பாடங்களை கற்றுத் தெளிவதோடு அல்லாமல் தமது ஆளுமையையும் வடிவமைத்துக்கொள்ள முடியும். ஒரு மாணவர் தனது தன்மையை உருவாக்கி அனுபவங்களை வளமாக்கும் இடமாகவும் பள்ளி செயலாற்றுகிறது.

இந்த இடத்தில் கல்விச் சிந்தனையாளர்களில் ஒருவரான பிளேட்டோவின் குழந்தை வளர்ப்புமுறை பற்றி கவனிக்க வேண்டும். 'ஒரு குழந்தையின் உள்ளமானது வெற்றுக்குடமாகவே காணப்படும். அதில் நன்மையான விஷயங்களை நிரப்பினால் மட்டுமே அக்குழந்தை நல்ல பிரஜையாக வளரமுடியும். நல்ல பிரஜையை உருவாக்குவது என்பது பெற்றோர் மற்றும் ஆசிரியர்களின் பொறுப்பாகும். பள்ளிச்சூழலும் வீட்டுச்சூழலும் குழந்தைகளுக்கு நல்ல விஷயங்களைக் கற்றுக்கொடுத்தல் அவசியம்' என்கிறார் பிளேட்டோ.

இங்கு அவர் குறிப்பிடும் நல்ல விஷயங்களைக் கற்றுக்கொடுப்பதற்கு ஆசிரியர்கள் முன்வருகின்றபோது, அவை 'பள்ளியின் ஒழுங்கு விதிகள்' என்று அழைக்கப்படுகின்றன. இந்த ஒழுங்கு விதிகள் கல்வி கற்கும் மாணவர்கள் யாவருக்கும் பொருத்தமானவையாகவே அமைந்து விடுகின்றன என்பது நாம் அறிந்ததே!

வகுப்பறையினுள் நுழைந்து கல்வி கற்கத் தொடங்கும் ஒரு மாணவனின் கல்விநிலை, உடல் ஆரோக்கியம், உள ஆரோக்கியம், ஒழுங்கு விதிகள் ஆகியவை வகுப்பாசிரியரால் சிறப்பாகக் கண்காணிக்கப்படுகின்றன. இந்தச் சூழலில் அவனது தனிப்பட்ட கற்றல் திறன் மற்றும் நடத்தைகள் மாறுபடுகின்றபோது ஆசிரியர் அதை முதலில் உணர்கிறார். பெற்றோருடன் இணைந்து அதற்கான காரணங்களைக் கண்டறிந்து தீர்வை ஏற்படுத்தி, மாணவனின் நலனை மேம்படுத்தவே ஆசிரியர்கள் விரும்புகின்றனர்.

ஆனால், இன்றைய சூழலில் அநேக பெற்றோர்கள், 'தங்கள் பிள்ளைகளின் கற்றல் திறன் மேம்பட்டால் போதும்' என்று மட்டுமே எண்ணுகின்றனர். அதைத் தாண்டி வேறு விஷயங்கள் குறித்து ஆசிரியர்கள் பேசுவதை பல பெற்றோர்கள் விரும்புவதில்லை. இதற்கு பல்வேறுபட்ட காரணங்கள் பின்புலமாக உள்ளதாக உளவியலாளர்கள் கருத்து பகிர்கின்றனர்.

அந்தக் காரணங்கள்:

1. பெற்றோர்களுக்கு பிள்ளைகளோடு நேரம் செலவிடுவதில் ஏற்படும் சிரமங்கள்.
2. பாடநூல்களைச் சார்ந்த கற்றல் மட்டுமே வாழ்க்கைக்கு உதவுமென்ற தவறான எண்ணம்.
3. உடல் மற்றும் உள ஆரோக்கியம் குறித்த அக்கறையின்மை அல்லது விழிப்புணர்வற்ற நிலை.
4. பள்ளி வளாகம் மட்டுமே யாவற்றுக்கும் பொறுப்பு என்ற தவறான எண்ணம்.

5. மாறிய வாழ்க்கைச்சூழலில் இவை இயல்பு என்று சமாதானம் செய்துகொள்ளும் மனநிலை.
6. வசதி வாய்ப்புகள் மற்றும் வாழ்வாதார உயர்வு என்பதன் அடையாளங்களாக பிள்ளைகளின் நடத்தை மாறுதல்களை ஏற்றுக்கொள்ளும் மனநிலை.
7. வாழ்வில் ஏற்படும் பெரிய சிக்கல்களோடு இவற்றை ஒப்பிட்டு 'இவை சிறிய சிக்கலே' என்று அலட்சியமாக ஒதுக்கும் மனோபாவம்.
8. ஆசிரியர்களை வெறுமனே பாடம் கற்றுக்கொடுப்பவர்களாக மட்டுமே கருதுவது.
9. தமது பிள்ளைகளின் குறைகளைக் கேட்பதற்கான பக்குவமற்ற மனநிலை.
10. குறை நிறைகளை தெளிவுபடுத்துவதற்கான வீட்டுச்சூழல் சரியாக இல்லாமை.

மேற்குறிப்பிட்ட காரணங்களுக்கு தெளிவான தீர்வைத் தேடவேண்டியது பெற்றோரின் கடமையாகும்.

பெற்றோர்கள் ஆசிரியர்களோடு சேர்ந்து பயணிக்க முன்வருகின்றபோதே, மாணவர்களின் நலன் மேன்மையடைகிறது. 'நலன்' என்ற வார்த்தைக்கும் சக்தி அதிகமே! இந்த சக்தியே வளரும் தலைமுறையை சமூகத்தின் தலைசிறந்த பிரஜையாக மாற்றுவதற்கு உந்துசக்தி அளிக்கிறது எனலாம். விழிப்புணர்வோடு செயல்படுவோம் விடியலுக்காக!

●

மாயைக்குள் சிக்க வைக்காதீர்கள்!

தெளிவு பெற்ற மதியினாய் வா... வா... வா...!
- மகாகவி பாரதியார்

"அப்பா, எனக்கு இங்கிருந்தெல்லாம் படிக்க விருப்பமில்லை. ஏதாவது ஒரு வெளிநாட்டில் ஜாலியாகப் படிக்கவே விருப்பம்" என்றாள் கேத்தரினா.

"என் செல்லப்பெண் நீ! அப்பாவிடம் என்ன இல்லை? நீ நினைத்ததைப் போலவே செய்திடுவோம்" என்று மகளின் ஆசைக்குத் தூபம் போட்டார் தொழிலதிபர் ரத்தினம்.

கேத்தரினாவின் தந்தையிடம் இருக்கும் பணம், அவர் அந்தஸ்து யாவும் ஊர் அறிந்ததே. சுமாராகப் படிக்கும் மாணவியான கேத்தரினாவை நன்றாகப்

படிக்குமாறு ஊக்குவிப்பதற்குப் பதிலாக, "உன்னை வெளிநாடு அனுப்பிப் படிக்க வைக்கிறேன் பார்" என்று வசனம் பேசுவார் ரத்தினம். இதனால் கல்லூரி என்பது கேத்தரினாவைப் பொறுத்தவரையில் கதை பேசி காலத்தைக் கழிக்கும் இடம்.

இப்போதும் தந்தை அதைச் சொன்னதும், கேத்தரினாவுக்குக் கைகள் பரபரத்தன. கல்லூரியில் எதிலும் முன்னணியில் இருக்கும் தமிழினியிடம் இந்தச் செய்தியைச் சொல்லி வெறுப்பேற்ற நினைத்தாள். உடனே கைப்பேசியில் தொடர்புகொண்டு, "என்ன, படிப்பா?" என்றாள் கேலியாக.

நடுத்தர வர்க்கத்தைச் சேர்ந்த தமிழினி, "நாளை முக்கியமான பரீட்சை இருக்குதே, அதான் படிக்கிறேன். நீ படித்துவிட்டாயா" என்றாள் அப்பாவியாக.

கலகல என்று சிரித்த கேத்தரினா, "உன்னைப் போல விழுந்து விழுந்து எல்லாம் நான் படிக்கவேண்டியதில்லை. அப்பா என்னை மேல்படிப்புக்காக லண்டன் அனுப்ப முடிவு செய்துள்ளார்" என்றவள், தன் வேலை முடிந்தவுடன் தமிழினியின் பதிலை எதிர்பாராது தொடர்பைத் துண்டித்தாள்.

இன்றைய மாணவச் சமூகத்தில் கல்வி என்பது வியாபாரப் பொருளாக மாறியிருக்கிறது. அது மட்டுமில்லை, பணம் இருந்தால் கல்வியைக் கடல் கடந்து சென்றுகூட வாங்க முடியும் என்ற எண்ணம் மேலோங்கி வருகிறது. இந்த மனநிலையைப் பல வீடுகளில் பெற்றோர்களே தமது பிள்ளைகளுக்குள் வளர்த்து வருகிறார்கள் என்பது நிதர்சனமான உண்மை. இதன் மூலம் தமது பிள்ளைகளின் எதிர்காலத்தைத் தாமே அழிக்கிறோம் என்பது பெற்றோர்களுக்குப் புரிவதில்லை.

கல்வி என்பது அறிதல், கற்றல், தெளிதல், ஆய்வு செய்தல் என்ற அடிப்படையில் மாணவர்களைச் சென்றடைகிறபோதே, அவர்களுக்குள் அடுத்த கட்டத்துக்கான தேடலும் ஆக்கமும் ஊக்கமும் மேலோங்கும். ஏதோ காரணங்களால் இதில் குழப்பம் வருகின்றபோது மாணவர்களின் தேடல் தெளிவின்றிப் போய்விடுகிறது.

இதனால் தவறான பாதையில் செல்ல முயல்கின்றனர். இதற்காகத் தமது பெற்றோர்களின் ஒத்துழைப்பை எதிர்பார்க்கிறார்கள் பிள்ளைகள். தமது வாழ்வியல் அந்தஸ்து, செல்வாக்கு போன்றவற்றை இதற்குப் பயன்படுத்துவதோடு, பெற்றோர் தம் மீது கொண்டுள்ள அன்பையும் பகடைக்காய் ஆக்குகின்றனர்.

பக்குவம் இல்லாத பிள்ளைகளுக்கு அவர்களின் இந்தத் தவறை உணர்த்த வேண்டியது பெற்றோர்களின் கடமை. ஆனால், அனுபவமும் அறிவும் தெளிவும் நிறைந்த பல பெற்றோர்கள் இதற்குத் துணைபோகிறார்கள். இது முற்றிலும் தவறாகும்.

கல்வியைத் தெளிவாகக் கற்கின்றபோதும், அடுத்த கட்டத்தை அடைவதற்குக் கடினமாக முயற்சிசெய்து உழைக்கின்றபோதும் எதிர்பார்த்த குறிக்கோளை நிச்சயமாக அடைய முடியும். இந்தத் தெளிவு பிள்ளைகளுக்கு வேண்டும். இதைத் தர வேண்டியது பெற்றோர் மற்றும் ஆசிரியர்களின் பொறுப்பு. மாறாக, கல்விக்கூடத்தைக் கேளிக்கைக்கூடமாக நினைத்து பொழுதுபோக்கினாலும், படிப்பில் கடைசி இடத்தில் இருந்தாலும், காசு இருந்தால் கல்வியை வாங்க முடியுமென்ற எண்ணம் தவறானது.

இதனால் இரு பகுதி மாணவர்களுமே பாதிக்கப்படுகின்றனர். ‘கல்வியே வாழ்க்கையை மாற்றும், அதுதான் எல்லாம்’ என்று எண்ணிக் கடின முயற்சியில் கற்கின்ற மாணவர்கள் தமது எதிர்காலம் குறித்து அதீதமாகக் கனவு காண்பார்கள். தொடர் தேடலுக்காகத் தம்மை அர்ப்பணிப்பதற்குத் தயாராகவும் இருப்பார்கள். வெற்றிக்கும் தோல்விக்கும் இடையில் ஊசலாடினாலும், ‘எண்ணியதை முடித்தே தீருவேன்’ என்பதில் தொடர் ஊக்கம் உடையவர்களாகவே இருப்பார்கள். ஆனாலும், வாழ்வாதார நிலை, கல்விக்கொள்கை, பாடப்பரப்பு மட்டுமன்றிப் பொருளாதார நிலையும், வாய்ப்புகளும், சவால்களும் இவர்களை உளவியல்ரீதியாக சோர்வடையச் செய்கின்றன. பணமும் செல்வாக்கும் இருப்பவர்கள் சுலபமாக ஜெயிப்பதைப் பார்த்து இவர்கள் துயரத்தில் மூழ்குகிறார்கள். இதனால் தம்மைக் குறித்த,

தரக்குறைவான சுயமதிப்பீடு செய்வார்கள். குடும்பத்தின் மீது வெறுப்பும், ஏற்றத்தாழ்வான சமூக அமைப்பின் மீது கோபமும் மேலோங்கும்.

இவற்றை எதிர்கொள்ள முடியாத சிலர், உளவியல் நோய்கள், தற்கொலை, தவறான சிந்தனை போன்றவற்றில் சிக்கிவிடுகின்றனர். பலர் இதைத் தாண்டி முன்னேறினாலும், வளர்ந்து பட்டம் பெற்றுப் பதவிகளுக்கு வருகின்றபோது ஆழ்மனதில் வடுவாக இருக்கும் வலிகளுக்கு மருந்து தேட நினைக்கிறார்கள். இதனால் தவறாக முடிவெடுத்து தம் நடத்தையை மாற்றியமைத்துக்கொள்கின்றனர். அதாவது, பணமும் செல்வாக்கும் இருந்தால் சாதித்துவிட முடியுமென்று, தவறான வழியில் அவற்றை அடைய ஓடுகின்றனர். ஒரு சிலர் மட்டுமே நேர்மையான பாதையில் முன்னுதாரணமாக வாழ்கின்றனர்.

இன்னொரு பக்கம் பணமும் செல்வாக்கும் இருந்துவிட்டால் பட்டம், பதவியைப் பரந்த உலகில் எங்கு சென்றும் வாங்கிவிட முடியுமென்று கருதும் மாணவர்கள், அடிப்படை அறிவைக்கூட தெளிவாகக் கற்கும் வாய்ப்பினை இழந்து விடுகின்றனர். இதே வழியில் எல்லாவற்றிலும் ஜெயிக்க முடியாது என்பதைக் காலப்போக்கில் உணர்ந்து கொள்வார்கள்.

திடீரென்று வாழ்வில் ஏற்படும் தோல்விகளையோ அல்லது இழப்புகளையோ இவர்களால் எளிதில் கடக்க முடிவதில்லை. பலரும் இதுபோன்ற சூழல்களில் தவறான பழக்கவழக்கங்களை நாடுவதோடு, கப்பலே மூழ்கிவிட்டது போல முடங்கிவிடுகின்றனர். 'மீண்டும் முயற்சி செய்ய வேண்டும்' என்ற எண்ணம் இல்லாமல், 'எவரைப் பிடிக்கலாம்', 'எவ்வளவு பணம் கொடுக்கலாம்' என்ற குறுக்கு எண்ணம் மட்டுமே மீண்டும் மீண்டும் இவர்களை ஆட்டிப் படைக்கும். இளம் வயது முதல் தமது சுயதிறன் மீது நம்பிக்கையற்றவர்களாக வளர்வதால், சுய அறிவு விழிப்பற்ற நிலையில் தேங்கி விடுகிறது.

'எப்போதுமே திறமையானவரே ஜெயிப்பார்' என்பது வரலாறு. இதை பெற்றோர்களும் ஆசிரியர்களும் மாணவர்களுக்கு ஆழ்மனதில் பதியவைக்க வேண்டும். தவறான மாயைக்குள் பிள்ளைகளைச் சிக்கவைத்து அவர்களது எதிர்காலத்தைக் கேள்விக்குறியாக மட்டுமல்லாது, கேலிப்பொருளாகவும் மாற்றிவிடாதீர்கள். மாணவர்கள் மனதில் ஏற்றத்தாழ்வான எண்ணத்தை விதைக்கும்போது, சமூகத்தின் கட்டமைப்பும் ஏற்றத்தாழ்வாகிறது.

அடுத்த தலைமுறையின் கல்வி, தரமாக இருந்தால் மட்டுமே சமூகத்தின் தலையெழுத்தும் மாற்றப்படும்.

●

இது பெற்றோர்களுக்கு மட்டும் உரியதா?

அறிவென்பது நியாயப்படுத்தப்பட்ட உண்மையான நம்பிக்கை!
-பிளாட்டோ

"இப்போது இதை வாங்க வேண்டாமென்று நான் சொன்னேன். நீ கேட்டாயா?... கேட்டிருந்தால், வருமானம் குறைவான இந்தக் கொரோனா காலத்தில் இப்படிக் கஷ்டப்படத் தேவையில்லை. இந்தக் காருக்குக் கொடுத்த பணத்தை வங்கியில் இருப்பாக வைத்திருந்தால் ஓரளவு வாழ்க்கைச் செலவைச் சமாளித்து இருக்கலாம்.

இப்போது பழைய காரையும் ஓட்ட முடியாது. புதிய காரையும் ஓட்ட முடியாது.

தேவையற்று வீட்டுக்கு முன் நிற்கிறது" என்று தன் மனக்குமுறலை மனைவியிடம் கொட்டித் தீர்த்துக்கொண்டிருந்தார் கனகசபை.

"நான் நினைத்தேனா இப்படியெல்லாம் நடக்குமென்று?" என வேதனையுடன் பதிலளித்தாள் மங்கை.

வீட்டிற்குள் நுழைந்த கவின், "என்னப்பா, ஏதேனும் பிரச்னையா?" என்று கேட்டான்.

"அது வந்து..." என்று தன் 15 வயது மகனிடம் நடந்தவற்றை விவரிக்க நினைத்தாள் மங்கை. தந்தை தடுத்து, "ஒன்றுமில்லை, நீ போய்ப் படி" என்றார்.

"ஓகே, உங்களுக்குச் சொல்ல விருப்பமில்லையென்றால் பரவாயில்லை" என்று சொல்லித் தோள்களைக் குலுக்கிய கவின், "அப்பா, ஆன்லைன் வகுப்பு ஒன்றில் சேர நினைக்கிறேன். மேற்கத்திய நடன வகுப்பு. அமெரிக்காவிலிருந்து ஆன்லைன் கிளாஸ். மாதம் பத்தாயிரம் ரூபாய் கட்டணம். தினமும் ஒரு மணி நேரம்" என்றவன், "நாளைக்கே சேர வேண்டும்" என்றபடி, தனது அறைக்குள் நுழைந்தான்.

நமது சமூகத்தில் பிள்ளை வளர்ப்பு என்பது சற்று மாறுபட்ட ஒன்றாகவே உள்வாங்கப்பட்டுள்ளது. ஒரு குழந்தை பிறந்த முதல் நாளில் ஆரம்பித்து, தமக்கான கடமை என்ற நிலையிலிருந்தே பெற்றோர்கள் தங்கள் பிள்ளை வளர்ப்பினைத் தொடங்குகின்றனர். அறிவைவிட உணர்ச்சியே குழந்தை வளர்ப்பில் ஆதிக்கம் செலுத்துகிறது.

'நம் பிள்ளை எந்த விதத்திலும் துன்பம் அடையக்கூடாது' என்ற உணர்வு பெற்றோரின் ஆழ்மனதில் பதிகிறது. பிள்ளைகளுக்காகவே தமது வாழ்க்கையை அர்ப்பணிப்பதாகச் சொல்லிக்கொள்வார்கள். படிப்பது மட்டுமே பிள்ளையின் வேலையென்று கருதி, மற்ற கவலைகள் அவர்கள் மனதுக்குள் செல்லாமல் பார்த்துக்கொள்கின்றனர். அதைத் தொடர்ந்து சிறப்பான வேலை அல்லது தொழில் அமைந்து, மகிழ்வான குடும்ப அமைப்பும் வசதி வாய்ப்பும் கிடைத்துவிட்டால் தமது கடமையைச் சரிவரச் செய்துவிட்டதாகப் பெற்றோர் மனநிறைவு அடைகின்றனர். இப்படிப்பட்ட சூழலில் பெற்றோரிடமிருந்து, குறிப்பாகக் குடும்பக் கட்டமைப்பில் இருந்து வளரிளம் பிள்ளைகள் கற்றுக்கொள்வதற்கான வாய்ப்புகள் மறுக்கப்படுகின்றன என்பதே உண்மை.

வளர்ச்சியடைந்த நாடுகளில் பெரும்பான்மையான பிள்ளைகள் தமது எண்ணங்களை வெளிப்படையாகவே பெற்றோரிடம் பேசுகின்றனர். அவர்களின் வயதுக்கேற்பப் பெற்றோரும் பதிலளிக்க முயல்கின்றனர். பிள்ளைகள் வளர்ந்து வருகின்றபோது அவர்களையும் குடும்ப நிர்வாகத்தில் முக்கியப் பங்குதாரர்களாகக் கருதுகின்றனர். பல விஷயங்களில் அவர்களிடமிருந்தும் கருத்துகளைக் கேட்டறிந்து முடிவை எடுக்கிறார்கள். இப்படிச் செய்வதால் பெற்றோருக்கும் பிள்ளைகளுக்கும் இடையிலான பாசம் மற்றும் அன்பு குறைந்துவிடப் போவதில்லை. மாறாக 'நிர்வாகம்' என்ற அடிப்படைக் கட்டமைப்பை அறியவும், ஒருவரை ஒருவர் மதிக்கவும், ஒருவருடைய கருத்துகளைச் செவிமடுக்கவும் கற்றுக்கொள்கின்றனர். அத்துடன் சூழல் அறிந்து கருத்துகளைப் பகிரவும் கற்றுக்கொள்கின்றனர்.

எல்லாவற்றுக்கும் மேலாக, பணத்தை எப்படிக் கையாள்வது என்ற பக்குவமும் அவர்களுக்கு வருகிறது. இதனால் தமது குடும்ப வருமானத்துக்கு ஏற்றபடித் தமது தேவைகளைத் திட்டமிட முயல்கின்றனர். 'எது அவசியம், எது ஆடம்பரம், எது அநாவசியம்' என்று பிரித்துப் பார்த்து, தம் தேவைகளைத் தீர்மானிக்கும் தெளிவை அவர்கள் பெறுவதற்கு வீட்டு வருமானத்தை அறிந்திருப்பதுகூடக் காரணமாக இருக்கிறது.

குடும்ப வருவாயில் ஈடுசெய்ய முடியாத அளவுக்கு வளரிளம் பிள்ளைகளின் தேவைகள் அதிகரிக்கும்போது, அவர்கள் பகுதிநேரமாக வேலைகள் செய்து பணத்தைச் சுயமாகச் சம்பாதித்து, தமக்கான செலவுகளைப் பூர்த்தி செய்துகொள்கின்றனர். இப்படிச் செய்வதற்கு அவர்களுக்குப் பெற்றோரும் வழிகாட்டுகின்றனர். பள்ளி வளாகமும் கற்றுக்கொடுக்கிறது. இதனால் 16 வயதிலிருந்து அநேகமான வளரிளம் பிள்ளைகள் சிறுசிறு வேலைகளுக்குச் செல்லத் தொடங்குகின்றனர். 'இது கௌரவமான வேலை', 'இந்த வேலையைச்

செய்வது அசிங்கம்' என்றெல்லாம் எந்த ஏற்றத்தாழ்வும் பார்க்காமல், தமக்குக் கிடைத்த வேலைகளைச் செய்து, குறிப்பிட்ட அளவு வருவாயைத் தேடிக்கொள்கின்றனர். இதன்மூலம் தமது சின்னச்சின்ன ஆசைகளைப் பூர்த்தி செய்வதுடன், குடும்ப நிர்வாகத்தில் துண்டுவிழும் தொகைக்குச் சிறு பங்களிப்பைச் செய்யவும் முன்வருகின்றனர்.

மேற்கத்திய வாழ்வியலில் இன்று சிறப்பான குடும்ப நிர்வாக முறையாக இது கருதப்படுகிறது. மேற்கத்திய நாடுகளில் சென்று குடியேறும் நம் மக்களுக்கு இது ஆரம்பத்தில் அதிர்ச்சியாகத் தெரிந்தாலும், காலப்போக்கில் இதன் நன்மைகளை உணர்ந்துவிடுகின்றனர். பலர் தங்கள் குழந்தைகளையும் இப்படிப் பழக்குகின்றனர். ஆனால், இதுதான் வேறுவிதமாக நமது சமூகத்தில் காலங்காலமாகப் பழக்கப்படுத்தப்பட்டு வந்த நடைமுறை என்பதை நாம் மறந்துவிட முடியாது.

காலையில் பள்ளிக்கோ, கல்லூரிக்கோ சென்று வீடு திரும்புகிற பிள்ளைகள் தமது பெற்றோருக்கு உதவியாக, காட்டிலும், மேட்டிலும், கழனியிலும் கைகோர்த்து வேலை செய்தனர். விடுமுறை நாட்களில் அப்பாவுடன் கடைக்குச் சென்று வியாபாரத்தைக் கவனித்த பிள்ளைகள் உண்டு.

உணவு சாப்பிடும் நேரத்தில் வீட்டின் வரவு செலவுத் திட்டங்கள் வெளிப்படையாகப் பேசப்பட்டன. குடும்பத்தின் தேவைகள் குறித்து எல்லோரும் பேசினார்கள். அதற்காக இணைந்து திட்டமிட்டார்கள். குடும்ப நிர்வாகத்தைச் சிறப்பாக நடத்துவதில் இருக்கிற தடைகள்கூட விவாதிக்கப்பட்டன.

குறைகள், நிறைகள் கலந்த இந்தப் பேச்சுக்கள் எல்லாம் பிள்ளைகளுக்கு நிறைய அனுபவங்களைக் கற்றுக் கொடுத்தன. இயல்பான குடும்ப வாழ்க்கையில் இருக்கிற சிக்கல்களை அவர்கள் புரிந்துகொள்ள முடிந்தது.

இதுவே அவர்களை இயல்பான மனிதர்களாக வளர்த்தது. இருப்பதை விட்டுவிட்டுப் பறப்பதை அடைய நினைக்கும் பேராசையுடன் அவர்கள் வளரவில்லை. அவர்களை வாழ்க்கை குறித்த கனவும் அதிகமாகப் பாதிக்கவில்லை; வாழ்க்கை குறித்த பயமும் அதிகமாகப் பாதிக்கவில்லை. 'வாழ்க்கை வாழ்வதற்கே' என்ற தெளிவு மட்டுமே அதிகமாக ஆழ்மனதில் பதிவாகிக்கொண்டே வந்தது.

ஆனால், 'போட்டிகள் நிறைந்த உலகை எதிர்கொள்வதற்கு அவர்களுக்கு மன அமைதி தேவை' என்று நினைத்துக்கொண்டு இப்போது குழந்தைகளிடம் பல விஷயங்களை மூடி மறைக்கிறோம். குறிப்பிட்ட வயது வரையில் பிள்ளைகள் கல்வி கற்பதற்கு மட்டுமே உரித்தானவர்கள் என்று பெற்றோரே முடிவு செய்துவிடுகின்றனர். அவர்களின் கல்வியைப் பாதிக்காத வீட்டுச்சூழலைக் கொடுக்க வேண்டுமென்று நினைக்கிறார்கள். இதனால் 'வீட்டிற்கு வரும் ஒரு விருந்தாளி' போன்று தமது பிள்ளைகளை வளர்த்து வருகின்றனர் எனலாம்.

இந்த வளர்ப்பு முறை அவர்களுக்குச் சிறந்த கல்வியைக் கொடுக்கலாம். ஆனால், கல்வியைக் கடந்த எதையும் அவர்கள் கற்றுக்கொள்ள முடிவதில்லை. பெற்றோர் ஒரு முடிவு எடுக்கிறார்கள் என்றால், அதன் பின்னால் உள்ள காரணம் தெரிவதில்லை. ஒரு பிரச்னையைப் புத்திசாலித்தனத்துடன் அணுகவும் அறிவதில்லை. யதார்த்தத்தைப் புரிந்துகொள்ள முடிவதில்லை.

மதிப்புமிக்க தகவல்களைப் பெறும் சூழல் இன்றைய வளரிளம் பிள்ளைகளுக்கு வாய்ப்பதில்லை.

உண்மையில் இதையெல்லாம் கற்பதே 'அறிவு' என்பதன் அடிப்படையென்று உளவியல் சொல்கிறது. தெளிவாகச் சொல்வதென்றால், அறிவு என்பது தனிநபரால் பெறப்பட்ட திறன்கள், மன செயல்முறைகள் மற்றும் தகவல்களின் தொகுப்பாக வரையறுக்கப்படுகிறது. இப்படிப் பெறும் திறன்கள், செயல்முறைகள் மற்றும் தகவல்களே அவர்களுக்கு யதார்த்தத்தை விளக்கும். சிக்கல்களைத் தீர்க்க உதவி செய்யும். அவர்களின் நடத்தையை வழிநடத்துவதற்கும் உதவும்.

இதை அறியாத பெற்றோர்கள், 'பாடங்களைச் சார்ந்த கற்றலே அறிவின் மேன்மை' என்று தவறாகப் புரிந்துகொள்கின்றனர். பிள்ளைகளுக்கான

அடிப்படை நிர்வாகப் பாடத்தைக் கற்றுத்தர மறக்கின்றனர். குறிப்பிட்ட வயது வந்தவுடன், 'சம்பாதிப்பதை என்ன செய்கின்றானோ' என்று எண்ணிக் கவலைப்படுகின்றனர். இன்னும் சிலரோ, பிள்ளைகள் சிக்கனமின்றி ஆடம்பரச் செலவு செய்வதாகப் புலம்புகின்றனர். ஒருசில பிள்ளைகளோ, பெற்றோர்களை இப்படிப்பட்ட சூழலில் வெகுஅலட்சியமாகக் கையாள்கின்றனர். பெற்றோர் ஏதாவது கேள்வி கேட்டால், "எல்லாம் எனக்குத் தெரியும். வயதான காலத்தில் உங்களுக்கு ஏன் இதுபற்றிக் கவலை" என்ற பதிலைக் காலத்தின் கட்டாயத்தில் திரும்பிப் பெற்றுக்கொள்கின்றனர்.

'பொது அறிவு இல்லாத கல்வியைவிட, கல்வி இல்லாத பொது அறிவானது ஆயிரம் மடங்கு சிறந்தது' என்ற இங்கர்சாலின் சிந்தனைத்துளி இந்த இடத்திற்குப் பொருத்தமாகிறது.

●

இந்த வயதில் டென்ஷனா?

அறியாமைக்கு ஆரம்பம் இல்லை, ஆனால் முடிவு உண்டு.
விழிப்புணர்வுக்கு ஆரம்பம் உண்டு, முடிவு இல்லை.
- போதி தர்மர்

"அப்பா, தயவுசெய்து எனக்குக் கொஞ்சம் நேரம் கொடுங்கள். எனக்கு இப்போது பேசுகின்ற மனநிலை இல்லை. மிகவும் கோபமாகவும், டென்ஷனாகவும் இருக்கிறேன்" என்றான் கண்ணன்.

"என்ன, இந்த வயதில் உனக்குக் கோபமா? அது என்ன புது பாஷை, டென்ஷன் என்றெல்லாம் பேசுகிறாய்" என்று இன்னும் உரக்கக் குரல் எழுப்பினார் வைத்தியநாதன்.

"ஏன், எனக்கு டென்ஷன் வரக்கூடாதா? உங்களால்தான் டென்ஷன். எப்போது பார்த்தாலும், "பாஸ் பண்ணிடு தம்பி,

என் மானம் மரியாதை எல்லாம் உன்னிடம்தான் உள்ளது' என்று நீங்கள் சொல்லிச் சொல்லி எனக்கு நிம்மதியே இல்லை. என்னால் இயல்பாக இருக்கவே முடியவில்லை. மண்டைக்குள் குறுகுறு என்று ஏதோ செய்கிறது" என்று அழுகையை அடக்கமுடியாமல் வேகமாகத் தனது அறைக்குள் சென்று கதவைப் படாரென்று அறைந்து மூடினான் 16 வயது மகன்.

வளர்ந்தோர்களுக்கு மட்டுமே பிரச்னை, மன உளைச்சல், கோபம், டென்ஷன் எல்லாம் வரலாம் என்று இன்றுவரையில் நாம் நினைத்துக் கொண்டிருக்கிறோம். நமது பாதுகாப்பில், பராமரிப்பில், அன்பில் வளர்கின்ற பிள்ளைகளுக்கு இவை வருவதற்கான வாய்ப்பே இல்லையென்று கருதுகிறோம்.

கருவாக உருவாகும்போதே ஒவ்வொரு குழந்தைக்குள்ளும் மனித உணர்வுகளும் சேர்ந்து உயிர்ப்படையத் தொடங்குகின்றன. குழந்தையாக, மழலையாக, சிறுவர்களாக, இளைஞர்களாகப் பருவ மாறுபாடு அடைகின்றபோது அதற்கேற்றபடி உணர்வுகள் வெளிப்படும். உடல் மொழி, சிந்தனை, பேச்சு, செயல்பாடுகள் என்று எல்லாமே இதற்கு ஏற்றபடி மாற்றம் பெறுகின்றன என்பதே உண்மை.

வளர்ந்தவர்கள் இதை ஏற்பதற்கோ அல்லது அறிவதற்கோ நேரத்தைச் செலவிடுவதில்லை. அவர்களுடைய எண்ணம், 'இந்த வயதில் இவர்களுக்கு என்ன தேவை இருக்கிறது' என்பதே! 'படிக்க வைக்கிறோம், சாப்பாடு போடுகிறோம், ஆசைப்பட்டதை எல்லாம் வாங்கிக் கொடுக்கிறோம். அதற்குமேல் எந்தத் தேவையும் இருக்க வாய்ப்பில்லையே' என்று முடிவு செய்கின்றனர். இதனால் 'டென்ஷன்' என்ற வார்த்தை அவர்களுக்குக் கேலியாக இருக்கிறது.

முன்பெல்லாம் சிறார்களுக்குள் எழுகின்ற டென்ஷன் என்ற வார்த்தைக்குப் பள்ளி வளாகம் ஓரளவுக்கு வடிகாலாக இருந்தது. ஆனாலும் இன்றைய காலம் போன்று பேசப்படும் வார்த்தையாக இந்த டென்ஷன் இருக்கவில்லை என்பதே உண்மை. பள்ளி முடிந்தபின் நண்பர்களோடு திறந்தவெளியில் விளையாடும் வாய்ப்பு பிள்ளைகளுக்குக் கிடைத்தது. ஏதேனும் பிரச்னை என்றால்கூட, 'ஏன்டா முகத்தைத் தூக்கி வைத்திருக்கிறாய்' என்று சுற்றமும் உறவுகளும் கேட்டு ஆறுதல் சொல்லும் நெருக்கம் இருந்தது. பிள்ளைகள் தங்கள் அழுத்தம் குறித்துச் சொல்லவோ, மனம்திறந்து பேசுவதற்கோ வாய்ப்பு இருந்தது.

இன்றைய சூழலில் பிள்ளைகளுக்கு வீட்டிலும் இயல்பு நிலையில்லை; பள்ளியிலும் இல்லை. அக்கம்பக்கத்தினர் முகம்கூட அறியாது வளரும் பிள்ளைகளே அதிகம் எனலாம். செல்போனில் உரையாடும் உறவுகள்கூட இயல்பாகப் பேசுவதில்லை. 'என்ன படிக்கிறாய்' என்றே ஆரம்பிக்கின்றனர். படிப்பு, பரீட்சை, தொழில் ஆகியவற்றைக் கடந்து இயல்பாக இவர்களுடன் பேசுவதற்கு ஒன்றுமேயில்லையா என்ற கேள்வியே எழுகிறது அல்லவா?

காலமாற்றத்திற்கு ஏற்றபடி பிள்ளைகளும் வேகமாகத் தமது ஆளுமையை வளர்த்து, சீக்கிரமே சிறந்த கற்றல் திறனுடையவர்களாக மிளிர வேண்டுமென்று எல்லோரும் எதிர்பார்க்கின்றனர். ஆனால், 'பிள்ளைகளிடம் எதிர்பார்ப்பது போன்று நாம் இருந்தோமா? அல்லது இருக்க முயல்கிறோமா?' என்று அவர்கள் உணர்வதில்லை.

ஆனால், பிள்ளைகளின் டென்ஷன் படிப்படியாக ஸ்ட்ரெஸ் என்ற நிலைக்கு மாற்றமடைகிறது என்பதை நாம் மறந்துவிடக்கூடாது. இது கோபம், பயம், இயலாமை, கவலை, வெறுப்பு, அமைதியின்மை, கவனமின்மை என்று பல வடிவங்களில் வெளிப்படலாம். இந்த ஸ்ட்ரெஸ் 'மன அழுத்தம்' என்கிற நோயாக பெயர் பெறுகிறது. இப்படி உளரீதியாக ஏற்படும் எதிர்மறையான படிமுறைத் தாக்கங்கள் மன அழுத்த நோயை உருவாக்குகின்றன. இதற்கு அடிப்படைக் காரணிகளாக மனவிரக்தி, மாற்றம், முரண்பாடுகள், நிர்பந்தம் போன்றவற்றை உளவியலாளர்கள் சொல்கிறார்கள்.

இன்றைய இளம் பிள்ளைகளுக்கு 'நிர்பந்தம்' என்ற ஒற்றைக்காரணியே மன அழுத்தத்திற்குப் போதுமானதாகச் சொல்ல முடியும். ஏனெனில் அவர்களுடன் உரையாடுவதற்கோ, அவர்களின் குழப்பங்களைத் தீர்ப்பதற்கோ பெற்றோர்களுக்கு நேரமில்லை. அதனால் கட்டளைகளைப்

பிறப்பித்துக்கொண்டே தமது கடமைகளைச் சரிவரச் செய்வதாகப் பெற்றோர் முடிவுசெய்து கொள்கின்றனர்.

தமது விருப்பங்களை வெளிப்படையாகப் பேச முடியாமலும், பிழைகளைத் தெளிவுபடுத்திக்கொள்ள முடியாமலும் தடுமாறும் இளம் தலைமுறையினர் 'நிர்பந்தச் சூழலுக்குள்' சிக்கித் திண்டாடி வருகின்றனர். இந்நிலை நீடிக்கின்றபோது தனிமைக்குள் சிக்கிவிட விரும்புகின்றனர். மன அழுத்தம் உடலிலும் தாக்கத்தை ஏற்படுத்துகின்றபோது, இது ஒரு நோய் என்பதை அறியாமல் தம்மைக் குறித்த மதிப்பீட்டில் பயம் கொள்ளத் தொடங்குகின்றனர். அவர்களுக்கு 'தனிமையில் ஒதுங்கிவிடுங்கள்' என்று கற்றுக் கொடுக்கிறது இந்த பயம். இந்தத் தனிமையை நாளடைவில் ஓரளவு சௌகரியமான சூழ்நிலையாக உணரத் தொடங்குகின்றனர். ஏனெனில் இதன் ஆபத்தை அவர்களால் உணர முடியாது.

வாழ்வியல் மாற்றத்தில் பிள்ளைகள் அனுபவிக்கும் உணர்வுகளைச் சாகடிப்பதும், மறுதலிப்பதும் ஜெயிப்பதற்கான உந்துசக்தியாக இருக்காது. அவற்றிலிருந்து அவர்களை மீட்பதற்குப் பெற்றோர்களின் பங்கு முக்கியம். அதற்காக,

- பிள்ளைகள் சொல்ல வருவதைக் காதுகொடுத்துக் கேளுங்கள், அவர்களின் உணர்வுகளை மதியுங்கள்.
- அதிகாரத்தை மறந்து தோழமையில் கைகோருங்கள். 'எது நடந்தாலும் நான் இருக்கிறேன்' என்ற பாதுகாப்பு உணர்வை அவர்களுக்கு அன்போடு அளியுங்கள்.
- மனம்திறந்து பேசுங்கள். உங்கள் பிள்ளைகளின் திறனை உணர்ந்து, அதை ஏற்கத் தொடங்குங்கள்.
- கனவுகளைச் சுமக்கத் தூண்டாது, நடைமுறை உலகை ஜெயிக்க அறிவுரை சொல்லுங்கள்.
- தவறுகளில் இருந்தே சரியானவற்றைக் கற்க முடியும். அது அனுபவ வாழ்க்கைப் பாடம் என்று தெளிவுபடுத்துங்கள்.
- ஒப்பீட்டைத் தவிர்த்துவிடுங்கள்.
- உடல் ஆரோக்கியத்துக்குக் கொடுக்கும் அக்கறையை உளநலனுக்கும் கொடுக்க மறந்துவிடாதீர்கள்.
- உங்களுக்கு இருக்கும் உரிமை அவர்களுக்கும் உண்டென்பதை ஏற்றுக்கொண்டு சக மனிதனாக மதிக்க முயலுங்கள்.
- யாவற்றுக்கும் மேலாக இயல்பாகவும், எளிமையாகவும் வாழப் பழக்குங்கள்.

●

குறிப்புகள்

குறிப்புகள்

குறிப்புகள்

குறிப்புகள்